വസന്തം എന്ന പെൺകുട്ടി

INSIGHT PUBLICA®

Nadakkavu, Kozhikode, Kerala, 673011
www.insightpublica.com
e-mail: insightpublica@gmail.com
Title: **Vasantham Enna Penkutty**
(Malayalam Poems)
Author: **Cinasha**
First Edition: May 2023
Book Design: kjvj@insight

Printed and Published by
InsightinPublica Printers & Publishers Pvt. Ltd.
ISBN 978-93-5517-372-0
₹ 230

വസന്തം എന്ന പെൺകുട്ടി

തുഞ്ചൻ സ്മാരകത്തിന്റെ കൊൽക്കത്ത കൈരളീ സമാജം
എൻഡോവ്മെന്റ് പുരസ്കാരം 2023ന് അർഹമായ കൃതി

സിനാഷ

INSIGHT PUBLICA®

സിനാഷ

ജനനം 2007 ഒക്ടോബർ 29. കാസറഗോഡ് ഗവൺമെന്റ് ഹയർ സെക്കണ്ടറിസ്കൂൾ പത്താം ക്ലാസ്സ് വിദ്യാർത്ഥിനി. അച്ഛൻ ശ്രീകുമാർ, അമ്മ സ്മിത. ഇൻസൈറ്റ് പബ്ലിക്ക പ്രസിദ്ധീകരിച്ച നോവലുകൾ:- *The Mysterious Forest, Song of the River, A Girl and the Tigers, പൂവണിയുന്ന ഇലച്ചാർത്തുകൾ, കടലിന്റെ രഹസ്യം, ഒരു തളിരിലയും ഒരു തുള്ളി നിലാവും, ചെമ്പനീർപ്പൂക്കൾ.*

അംഗീകാരങ്ങൾ: സംസ്ഥാന സർക്കാറിന്റെ ഉജ്വലബാല്യം 2020, റോയൽ കോമൺവെൽത്ത് സൊസൈറ്റിയുടെ കോമൺവെൽത്ത് ഗോൾഡ് അവാർഡ് - (QCEC 2021), പി വി കെ കടമ്പേരി അവാർഡ് 2022, മുല്ലനേഴി ട്രസ്റ്റിന്റെ വിദ്യാലയ കാവ്യപ്രതിഭാ പുരസ്കാരം 2022, മാധ്യമം കഥാപുരസ്കാരം 2022, സമസ്തകേരള സാഹിത്യപരിഷത്ത് പുരസ്കാരം 2022 കഥ, കവിത എന്നിവയ്ക്ക്, ടി വി കൊച്ചു ബാവ സ്മാരക കഥാ പുരസ്കാരം 2022, മഹാകവി ഉള്ളൂർ സ്മാരക കവിതാ പുരസ്കാരം 2022, കലാമുദ്ര പേരാമ്പ്രയുടെ സാഹിത്യ പ്രതിഭാ പുരസ്കാരം 2022, ദേശാഭിമാനി അക്ഷരമുറ്റം കവിതാ പുരസ്കാരം 2022, പരസ്പരം മാസിക കവിതാപുരസ്കാരം 2022, ലെനിൻ ഇറാനി കവിതാ പുരസ്കാരം 2022, സംസ്ഥാന സ്കൂൾ കലോത്സവം 2023 ൽ കഥാരചന കവിതാരചന എന്നിവയിൽ എ ഗ്രേഡ്, കലോത്സവ സാഹിത്യ പ്രതിഭയ്ക്ക് മലയാളമനോരമ ഏർപ്പെടുത്തിയ സ്വർണ്ണമെഡൽ, വയനാട് പെരിക്കല്ലൂർ ഗവൺമെന്റ് ഹയർസെക്കണ്ടറി സ്കൂൾ സാഹിത്യ വേദിയുടെ കവിതാ പുരസ്കാരം 2023, ഏറ്റവും കൂടുതൽ പുസ്തകങ്ങൾ പ്രസിദ്ധീകരിച്ച ഇന്ത്യൻ കൗമാരം എന്ന ഇന്ത്യ ബുക്ക് ഓഫ് റെക്കോഡ്, പി ജെ ആന്റണി ഫൗണ്ടേഷന്റെ ഗാന രചനാപുരസ്കാരം 2023, കഴിമ്പ്രം ജനകീയ സൗഹൃദവേദിയുടെ കുഞ്ഞുണ്ണിമാസ്റ്റർ സ്മാരക കവിതാപുരസ്കാരം 2023, *ഒരു തളിരിലയും ഒരു തുള്ളി നിലാവും* എന്ന നോവലിന് എൻ എൻ കക്കാട് അവാർഡ് 2021, ഭീമ സ്വാതികിരൺ ബാലസാഹിത്യ പുരസ്കാരം 2022, കൊൽക്കത്ത മലയാളി സമാജം തുഞ്ചൻ സ്മാരക ട്രസ്റ്റുമായി ചേർന്ന് നൽകുന്ന തുഞ്ചൻ സ്മാരക കവിതാ പുരസ്കാരം 2023 *വസന്തം എന്ന പെൺകുട്ടിക്ക്.*

വിലാസം: സിനാഷ, ലോട്ടസ് അപ്പാർട്ട്മെന്റ്, ആർ ഡി നഗർ (തപാൽ)
കാസറഗോഡ് ജില്ല, പിൻ: 671124, ഫോൺ: 9497842169
email: cinashabom@gmail.com

കവിതകൾ

ആയിസാമ്മ

താട്ടത്തിന്റെ തുമ്പിൽ
ഓർമയിലെ കാട്ടുവള്ളികൾ ചുറ്റിപ്പിടിച്ചു.
പുലരിമഞ്ഞിന്റെ വെള്ളിനൂലിഴകളിൽ
ഒന്നു തൊട്ട്
ഉറക്കത്തിന്റെ മറവിൽ നിന്നും
ഞാൻ പതുക്കെ എത്തിനോക്കി.
മുഖമെന്താണിത്ര തുടുത്തതെന്ന്
നീ ചോദിച്ചപ്പോൾ
സൂര്യൻ ഉമ്മ വെച്ചതാണെന്ന്
ഞാൻ കള്ളം പറഞ്ഞു.
ആത്മാവിൽ
ഞാനൊരു നീലിച്ച പൊയ്ക വരച്ചു.
ജലപ്പരപ്പിൽ പൊഴിഞ്ഞുവീണ
ചുവന്ന പൂക്കൾ
ഇതളോടിതൾ ചേർന്ന് കവിതയായി.
ആകാശമതാ, ഒഴിഞ്ഞുകിടക്കുന്നു.
വയലറ്റുമേഘങ്ങളിലെ
നക്ഷത്രങ്ങളെയത്രയും
കട്ടെടുത്തത് ഞാനാണ്.
വേരുകളിൽ നിന്നും കവിത കിനിഞ്ഞ്
എന്റെ പനിനീർക്കാടുകൾ
നിന്റെ താളുകളിലേക്ക്
പൂത്തുമറിഞ്ഞു.
കാറ്റ് തട്ടിത്തെറിപ്പിച്ച തട്ടം
തിരികെ തലയിലേക്ക് വലിച്ചിട്ട്

മരച്ചുവട്ടുകളിലൂടെ നടക്കുമ്പോൾ
ഇലകളിൽ നിന്നിറ്റിയ മഴ
കവിളിൽ വന്നു തൊട്ടു.
പാതയോരത്ത് കളഞ്ഞുപോയ
കനവുകളെത്തേടി
മിന്നാമിനുങ്ങുകൾ വന്നു.
മഴ നനഞ്ഞ സ്വരമുയർത്തി
നീ പിന്നെയും വിളിച്ചു,
'ആയിസാമ്മ.'
ഞാൻ തിരിഞ്ഞുനോക്കി.
എന്റെ കണ്ണുകളിലെ ശലഭത്തിന്
നീയെന്തിനാണ്
വെളിച്ചത്തിന്റെ ചിറകുകൾ
കൊടുത്തത്?

21/05/2022

പൂക്കളും നക്ഷത്രങ്ങളും

മരവിച്ചുപോയ ആകാശത്തിനുകീഴിൽ,
ചാരത്തിൽ പുതഞ്ഞ് ചിരി നിലച്ച്
മരിച്ചുകിടക്കുന്ന പാവക്കുട്ടിയുടെ
വരണ്ട മുടിച്ചുരുളുകളിലേക്ക്
മിന്നാമിനുങ്ങുകളെ പറത്തിവിടണം.

ആകാശമൊരു നോക്കുകാണാൻ
തനിയെ ഉയിർത്തുവരുന്ന ഒറ്റച്ചില്ലയിൽ
നൂറു പൂവായി പൂക്കണം.

മഞ്ഞുകാലത്തിന്റെ മുറിവിൻമേൽ
പഴയൊരു പുഞ്ചിരി പതുക്കെ പുരട്ടണം.

പൊഴിഞ്ഞടർന്ന ഇലകളെ നോക്കി
ഒന്നു പാടണം.

മരിച്ചുവീണ പൂക്കൾക്കും
എരിഞ്ഞുതീർന്ന നക്ഷത്രങ്ങൾക്കും വേണ്ടി
എനിക്കിനിയും കവിതയാകണം.

24/05/2022

ഒറ്റയ്ക്ക് നിൽക്കുന്ന മരം

മാനത്തിന്റെ മുറ്റത്ത്
ഒറ്റയ്ക്ക നിൽക്കുന്ന ഒരു മരം.
അതിന്റെ ചില്ലകളിൽ
എന്നോ പെയ്തുതോർന്ന
ഒരു മഴയുടെ നിശ്വാസം.
അതിന്റെ ഇലകളിൽ
വസന്തം പൊഴിച്ചിട്ടിട്ടുപോയ
ഒരു കുഞ്ഞുതുവൽ.
അതിന്റെ തണലിൽ നിന്ന്
മേലോട്ടു നോക്കുമ്പോൾ
പണ്ടെന്നോ
വീണുടഞ്ഞ സ്വപ്നം പോലെ
തുണ്ടു തുണ്ടായി ആകാശം.
കാറ്റിന്റെ കൈയിൽ നിന്നും
ഒരു തുടുത്ത പൂവു വാങ്ങി,
ഞാൻ പതുക്കെ
ആ മരം കയറിത്തുടങ്ങുന്നു.

15/01/2022

സിനഗോഗ് ലെയ്ൻ[1]

നിരത്തിനരികിലൂടെ നടക്കുമ്പോൾ
എന്റെ വെള്ളയുടുപ്പിലും
നീളൻ മുടിയിഴകളിലും
വന്നുതൊട്ട കാറ്റ്.
അലങ്കാരവിളക്കുകളുടെ
പൊൻവെളിച്ചം പരന്ന
സിനഗോഗിൽ നിൽക്കുമ്പോൾ
പ്രാർഥനയിൽ നിന്നും
മനസ്സിനെ തെന്നിമാറ്റിച്ച
തുടുത്ത അസ്തമയങ്ങളുടെ
എത്തിനോട്ടങ്ങൾ.
ബൊഗെയ്ൻവില്ലച്ചുവട്ടിൽ
ആദ്യചുംബനം പൂത്തപ്പോൾ
കവിളിലുരുമ്മിയ
നിന്റെ മുടിയിഴകൾ.
ജനൽപ്പടിയിൽ തനിച്ചിരുന്ന്
ഞാൻ
വെള്ളത്തുവാലയിൽ തുന്നിയെടുത്ത
ചെമ്പനിനീർപ്പൂക്കൾ.
ഞാൻ ചിരിച്ച ചിരികൾ
നക്ഷത്രങ്ങളോട് ചേർന്ന്
ചിതറിവീണ
കൽവിരികൾ.

---

1 എറണാകുളം ജില്ലയിലെ മട്ടാഞ്ചേരിയിലെ ജ്യൂ ടൗൺ അഥവാ ജൂതപ്പട്ടണത്തിലെ പുരാതന ദേവാലയമായ കൊച്ചിൻ സിനഗോഗ് സ്ഥിതി ചെയ്യുന്ന ലെയ്നാണ് സിനഗോഗ് ലെയ്ൻ

ഓർമകൾക്കും സ്വപ്നങ്ങൾക്കുമിടയിൽ
ഞാൻ നൃത്തമാടി നടന്ന
നീല ഘടികാരം.
തെരുവ് പിന്നെയും വിളിക്കുന്നു.
വിളറിപ്പോയ പൂവിതളുകൾ
എന്റെ കണ്ണുനീർ വീണ്
ഒരിക്കൽക്കൂടി തുടുക്കുന്നു.
കണ്ണു തുടച്ച്
ഞാനൊന്നു നോക്കട്ടെ;
ബൊഗെയ്ൻവില്ല പൂത്തുമറിഞ്ഞ
ചുമരിൻമേൽ
നീ എന്നോ കുറിച്ചിട്ട
ആ കവിത
ഞാനല്ലേ?

24/05/2022

നമുക്ക് നടക്കാൻ പോകാം

പാതി പൂത്ത വള്ളികൾ പടർന്ന
ജനാലയെ വിട്ടെണീറ്റ്
നമുക്കൊന്ന് നടക്കാൻ പോകാം.

പാതയിൽ കുനിഞ്ഞിരുന്ന്
പൊളിഞ്ഞടർന്ന തറക്കല്ലുകൾക്കിടയിലെ
വിള്ളലുകളിലേക്ക്
വിരൽ കടത്തി
ഉറങ്ങുന്ന വസന്തത്തെ
പതിയെയൊന്ന് തൊട്ടുവിളിക്കാം.

തീ നിറത്തിൽ
പൊഴിഞ്ഞുകിടക്കുന്ന ഇലകളെ
തുന്നിയെടുത്ത്
ഓർമകളെ പുതപ്പിക്കാം.

വഴിയോരത്ത്
മരപ്പൊത്തുകളിൽ
മറഞ്ഞുകിടക്കുന്ന നക്ഷത്രങ്ങളെ
പുറത്തെടുത്ത്
പേനത്തുമ്പിൽ വെച്ച്
തിളക്കം പകരാം.
വാടിക്കരിഞ്ഞ കുറ്റിച്ചെടികളിൽ
നമുക്കവ വിതറാം.

ഇലകളിൽ കനവു കണ്ടിരിക്കുന്ന
ശലഭപ്പുഴുവിനെ
ഉമ്മ വെക്കാം.
ചിറകുകളെക്കുറിച്ചുള്ള കവിത
അതിനുമേൽ മെല്ലെ
വിടർത്തി വെക്കാം.

താഴെ വീണ മേഘങ്ങളിൽ
നമുക്കൊരു മഴവില്ല് തിരയാം.

വെളിച്ചം പുരണ്ട വിരൽത്തുമ്പുകളുമായി
നമുക്ക് പിന്നെയും നടക്കാം.

28/05/2022

ബൈനോക്കുലർ

ഉടൽ കരിഞ്ഞ സ്വപ്നങ്ങൾ
ഉപ്പുചാരത്തോടു ചേർന്ന്
നാലുപാടും ചിതറിപ്പറക്കുന്നു.
തുളയ്ക്കപ്പെട്ട തൊണ്ടയിൽ
കുരുങ്ങിയമർന്ന കരച്ചിലുകൾ
നിലത്താകെ ഇഴഞ്ഞുനടക്കുന്നു.
മടങ്ങിവരാത്ത പെൺകുട്ടിയെ കാത്ത്
തെരുവിലെ കൽവിരിമേലൊരു
പതുപതുത്ത മേഘനിറത്തൊപ്പി
വെറുതെ കിടക്കുന്നു.

കറുത്ത തിരകൾ ആഞ്ഞടിക്കുന്നു.
മരിച്ച നിറങ്ങളെ കരയിലിട്ട്
കടൽ വിലപിച്ചു മടങ്ങുന്നു.

കീറിയടർത്തപ്പെട്ട താളുകൾ
കാറ്റിന്റെ ഹൃദയത്തിൽ
വിറങ്ങലിച്ചു കിടക്കുന്നു.
തകർക്കപ്പെട്ടവരുടെ കവിതകളുടെ ഭാരം
താങ്ങാനാവാതെ
കാറ്റ്
ഇടറി വീണ് മണ്ണിലമരുന്നു.
വയ്യ.

ഞാനിതൊന്ന്
ആകാശത്തേക്കു തിരിക്കട്ടെ.
ഒരു നിമിഷം.
എവിടെയാണ് ആകാശം?

28/05/2022

മറന്നുവെച്ചത്

ആ പഴയ കാട്ടിലേക്ക്
ഒന്നുകൂടി പോയിനോക്കട്ടെ.
അവിടെ ഞാനെന്തോ
മറന്നുവെച്ചു.
ആദ്യമായി ചെന്നപ്പോൾ
ഓടിത്തളർന്ന് ഉടൽ പൊള്ളി
വാടിവീണ എന്നെ
തളിർത്ത തണുപ്പിലേക്ക്
പിടിച്ചമർത്തിയ കുറ്റിക്കാടുകളിൽ
എന്താണ് കളഞ്ഞുപോയത്?
കരിയിലകളിലൂടെ പമ്മി നടന്ന്
ഞാനെത്തി നോക്കിയ
ഇരുണ്ട മാളത്തിലേക്ക്,
ആദ്യം കണ്ട നീലിച്ച വാനം
മുടിയിഴകളിലൂടെ ഊർന്നിറങ്ങി
വീണുപോയിരുന്നോ?
തോർന്ന മഴയെ
ഇലകളാലും വള്ളികളാലും
പിന്നെയും പിന്നെയും പെയ്യിക്കുന്ന
കാടിന്റെ ഉള്ളിലേക്ക്
പതുക്കെ കിനിഞ്ഞിറങ്ങിയപ്പോൾ
വന്നു തൊട്ട
കാറ്റിന്റെ നനഞ്ഞ ചുണ്ടുകളിൽ
എന്റെ പാട്ട് ഞാൻ
പതിയെ ഇറ്റിച്ചുവോ?

ഇനിപ്പതിരുന്ന നോവിന്റെ
ചുവന്ന പൂക്കളെ അമർത്തിപ്പിടിച്ച്
ഞാനിരുന്നപ്പോൾ
ഇഷ്ടത്തോടെ താളം തെറ്റുന്ന
ഹൃദയമിടിപ്പൊന്നോ രണ്ടോ
മണ്ണിന്റെ കുളിർത്ത നിനവിലേക്ക്
അറിയാതെ ഉതിർന്നു വീണുവോ?

ആവോ...
ഞാൻ പോവുകയാണ്.

ആ ഇലകളിൽ, പൂക്കളിൽ
ചിലപ്പോൾ എന്റെ കുട്ടിക്കാലം
എന്നെ നോക്കി ചിരിച്ചേക്കും.

29/05/2022

ഡാൻഡെലയൻ

നക്ഷത്രങ്ങളൊക്കെയും
സ്വന്തമാണെന്ന പോലെ
നിന്റെ കണ്ണുകൾ തിളങ്ങി.
മഴ പിയാനോ വായിക്കുന്നത്
എനിക്കാണെന്ന പോലെ
ഞാൻ പാടി.
ഹൃദയത്തെ ചുറ്റിപ്പിണഞ്ഞ വള്ളി
പൂക്കുന്നത്
വസന്തമാണെന്ന് നീ പറഞ്ഞു.
സായാഹ്നങ്ങൾ ചുവന്നുതുടുക്കുന്നത്
താളുകളിൽ പകർത്തി
ഞാൻ കവിതയെന്ന് മന്ത്രിച്ചു.
എന്റെ കണ്ണുകളിൽ
നിറയെ വെയിലെന്ന്
നീ ചിരിച്ചു.
വേനൽമഴയുടെ കനവുകളിൽ
ഞാൻ ചിറകടിച്ചു വീണു.
നീ
ആകാശം പോലെ.
മേഘങ്ങൾ ചുവന്നപ്പോൾ
തുളുമ്പിവീണ ഓർമകളെ
ഞാൻ കണ്ണുനീരെന്ന് വിളിച്ചു.
കാരണം,
ഞാനൊരു ഡാൻഡെലയൻ.[1]

29/05/2022

---

1 ജമന്തിപ്പൂവിനും ഡാൻഡെലയൻ എന്ന് പറയാറുണ്ട്. എന്നാൽ, ഇവിടെ ഉദ്ദേശിക്കുന്നത് ററാറാക്സാക്കം എറിത്രോസ്പെർമം എന്ന ഡാൻഡെലയനാണ്. രോമങ്ങൾ പോലുള്ള വെള്ള ഇതളുകളുള്ള കൊച്ചുപൂവ്. ഒരാഗ്രഹം മനസ്സിൽ വിചാരിച്ച് ഇതളുകൾ ഊതിപ്പറപ്പിച്ചാൽ ആഗ്രഹം സാധിക്കുമെന്നാണ് വിശ്വാസം.

നിന്റെ പിയാനോ

എന്തിനാണ് നീയിങ്ങനെ
പിയാനോ വായിക്കുന്നത്?
എന്റെ മുടിയിഴകളിൽ
പല ഋതുക്കൾ ചിതറുന്നതും
കൈകൾ
പുലർകാല മഴയിലെ ലില്ലികൾ പോലെ
വിളറി വിറയാർന്നു നിൽക്കുന്നതും
നീ കാണുന്നില്ലേ?

നിന്റെ പിയാനോ ഒരാകാശമാണ്
അവിടെ ഞാൻ
താരകങ്ങളിൽ തട്ടിത്തടഞ്ഞ് വീഴുന്നു.
നിന്റെ പിയാനോ ഒരു കാടാണ്
അതിന്റെ ആഴങ്ങളിൽ ഞാൻ
നിറഞ്ഞു പൂക്കുന്നു.

നീ പിയാനോ വായിക്കുമ്പോൾ
എല്ലാ പൂക്കളും ഒന്നിച്ചു തുന്നിവെച്ച
നീളൻനുടുപ്പിന്റെ തുമ്പെന്റെ മുഖത്തുരസി
വസന്തം ഈവഴി കടന്നുപോകുന്നു.
പാട്ടുകൾ ഓളം വെട്ടുന്നു.
ഞാൻ തുളുമ്പിവീണ്
അതിനോടു ചേരുന്നു.

നീ പിയാനോ വായിക്കുന്നതുകൊണ്ടാണ്

രാത്രി ഇത്രമേൽ നീലിച്ചതായതും
കിളിത്തുവല്വകളിലിത്രയേറെ
മഞ്ഞുതുള്ളികളുണ്ടായതും.
കാട്ടുപൂക്കൾ കാണുന്ന കനവും
മഴ വിതുമ്പുന്ന ഈറൻ നോവും
നിന്റെ ഗീതം തന്നെ.

എന്നിട്ടുമെന്നിട്ടും
എന്തുകൊണ്ട് നീ നിർത്തുന്നില്ല?
ഒരുപക്ഷേ
സംഗീതവീചികളിൽ അടർന്നുവീഴുന്ന
എന്റെ ചുവന്ന ഇലകളെ
നീ സ്നേഹിച്ചുപോയിട്ടുണ്ടാവണം.

30/05/2022

വെള്ളിമാൻപേടയ്ക്ക്[1]

ഇരുണ്ട മരക്കൂട്ടങ്ങളിൽ
നിന്റെ വെള്ളിത്തിളക്കം
എന്തേ ഞാൻ കാണാതെ പോയി?

വാക്കില്ലാതെ വറ്റിവരണ്ട് ഞാൻ
രാവിനെ നോക്കി തനിച്ചിരുന്നപ്പോൾ
എന്റെ താളുകളിലെവിടെയൊക്കെയോ
നീ കവിതയായി പടർന്നിരുന്നു.

പൂക്കാത്ത വള്ളികൾക്കരികിൽ നിന്നും
വിഷാദം പുതച്ച് ഞാൻ നടന്നകന്നപ്പോൾ
എന്റെ കൊച്ചുതോട്ടത്തിന്റെ വക്കത്ത്
പൊളിഞ്ഞടർന്ന
തറക്കല്ലുകൾക്കിടയിൽ
വെളുത്ത കുഞ്ഞു പൂക്കളായി
നീയെന്നെ പാളിനോക്കിയിരുന്നു.

എന്റെ വാനമിരുണ്ടു പോയെന്ന്
തണുത്ത ജനൽപ്പടിയിൽ
വീണു വിങ്ങിയപ്പോൾ
എന്റെ മരവിച്ച വിരൽത്തുമ്പിൽ

---

1 ജെ. കെ. റൗളിങ്ങിന്റെ "ഹാരി പോട്ടർ (Harry Potter)" പരമ്പരയിലെ ഒരു സവിശേഷ കഥാപാത്രമായ പ്രൊഫസർ സെവെറസ് സ്നെയ്പ്പിനായി എഴുതിയ കവിതയാണിത്. മരണം വരെ തിരിച്ചറിയപ്പെടാതെ പോവുകയും ജീവിതകാലം മുഴുവനും വെറുക്കപ്പെടുകയും ചെയ്ത പരിശുദ്ധമായ പ്രണയമാണ് സ്നെയ്പ്പ്. വെള്ളിമാൻപേടയെന്നത് സ്നെയ്പ്പിന്റെ അടയാളമാണ്.

നീയൊരു മിന്നാമിനുങ്ങായി
പാറി വന്നിരുന്നിരുന്നു.

ഒന്നും കണ്ടില്ല,
ഞാനറിഞ്ഞതേയില്ല.
എനിക്കായി നീ പൊഴിച്ച
സംഗീതത്തെ ഞാനെന്തിന്
ഇലക്കൂട്ടങ്ങളുടെ മന്ത്രണങ്ങളായി കരുതി?

എന്റെ പാതയുടെ അറ്റത്ത്
നീ വെളിച്ചം തൂവി നിൽക്കുന്നു.
വിറയ്ക്കുന്ന കൈകൾ കൊണ്ട്
ചുറ്റിപ്പിടിച്ച്
ഞാനൊന്ന് കരഞ്ഞോട്ടെ?

30/05/2022

നീയും പിന്നെ നക്ഷത്രങ്ങളും

മേൽക്കൂരപ്പുറത്തെ രാത്രി
നിനക്കോർമയുണ്ടോ?
ഉണ്ടാവാൻ വഴിയില്ല.
ഒരുപക്ഷേ
നീ ഓർത്തെന്നും വരാം.

ആകാശം
എന്നത്തെക്കാളും വലുതായി
പർപ്പിൾ നിറത്തിൽ
കെട്ടു പൊട്ടിയ
പഴയ മാന്ത്രികകഥകളുടെ
ക്യാൻവാസായി.
ഞാനൊന്ന് വിരൽ നീട്ടി.
തൊട്ടു.
നക്ഷത്രങ്ങൾ തെറിച്ചു.

നിന്റെ മുടിയിഴകളിൽ
നിലാവ് ചായം പുരട്ടിയെന്ന്
ഞാൻ വിചാരിച്ചു.
മേലേക്ക് നോക്കി.
പക്ഷേ, അമ്പിളിയെ കണ്ടില്ല.
പകരം
വെളുത്ത ആമ്പൽപ്പൂക്കൾ നിറച്ച
ഒരു തോണി.
അതിനു ചുറ്റും

ഒളിച്ചുവച്ച സ്വപ്നങ്ങൾ
തെളിഞ്ഞു മിന്നിയ ഓളങ്ങളിൽ
മീനുകൾ നീന്തിനടന്നു.

നദിക്കരയിൽ
നക്ഷത്രങ്ങൾ പൂത്തുനിന്നു.
നീ
കൈയെത്തിപ്പിടിച്ച്
അഞ്ചാറെണ്ണം അടർത്തിയെടുത്തു.
എന്റെ മുടിയിൽ തിളങ്ങി
അവ അവിടെ
ആകാശത്തിന്റെ നഷ്ടസ്വപ്നങ്ങൾ
വരച്ചു.

കവിളിൽ
ഒരു മുത്ത് മിന്നി.
ആകാശം തന്നെ
അതൊപ്പിയെടുത്തു.
എന്റെ കണ്ണുനീരലിഞ്ഞപ്പോൾ
ആകാശത്തിനെന്തൊരു നീലിമ!
നീ ചിരിച്ചു
മെല്ലെ ഞാനും.

എങ്ങനെ മറക്കും?
നീ ഓർക്കുന്നുണ്ടാവണം
അല്ലേ?

31/05/2022

ഹെസ്പെറസ്[1]

ആകാശത്തിന്
ഇത്രയ്ക്ക് ചുവക്കാനാകുമോയെന്ന്
ചില വൈകുന്നേരങ്ങളിൽ
നീ അതിശയിച്ചിട്ടില്ലേ?
അപ്പോഴൊക്കെയും
മേഘങ്ങളിൽ വെളിച്ചം കൊണ്ട്
കവിതയെഴുതിക്കൊണ്ടിരുന്നത്
ഞാനാണ്.

03/06/2022

1 വീനസ് ദേവതയ്ക്ക് സന്ധ്യാനക്ഷത്രമെന്ന നിലയിലുള്ള പേരാണ് ഹെസ്പെറസ്.

കുറ്റസമ്മതം

നിന്റെ ഇലകളിൽ
ചുവന്ന ചായം പുരട്ടിയത് ഞാനാണ്.
ഒരു സായാഹ്നത്തിന്റെ
വെളിച്ചമത്രയും വാരിയെടുത്താണ്
ഞാനത് ചെയ്തത്.

ചിട്ടയിൽ എഴുതി നീ
അടുക്കിവെച്ച താളുകളിൽ
രാത്രിയുടെ നീലമഷിയൂറ്റി
കവിത കുറിച്ചത് ഞാനാണ്.
ഇടനാഴിയുടെ അങ്ങേ തലയ്ക്കൽ
നിന്റെ കാലൊച്ച കേട്ടപ്പോൾ
താളുകളിൽ പലതും
എന്റെ കൈയിൽ നിന്നും തെന്നി
പാറിപ്പറന്നു പോയി.
താരകങ്ങൾ ഉറങ്ങുന്നിടത്ത്
ചെന്നുനോക്കിയാൽ
ചിലപ്പോൾ
അവ കണ്ടെത്താൻ കഴിഞ്ഞേക്കും.

ഒരിക്കൽ
നിന്റെ ഓർമകളിൽ ചിലത്
കളവുപോയതോർക്കുന്നുണ്ടോ?
എന്റെ പൂക്കളെ
മെല്ലെ തുന്നിവെക്കാൻ

അവ എടുത്തുകൊണ്ടു പോയത്
ഞാനാണ്.

നിന്നോട് പറയാതെ
നിന്റെ നിനവുകളിൽ
ഒരു മെഴുതിരി കത്തിച്ചുവെച്ചതും
ഞാൻ തന്നെയാണ്.
നിനക്കായി കുറിച്ച വരികളത്രയും
വെളിച്ചമായി മാറിയപ്പോൾ
പെയ്തുപോയതാണ്.

03/06/2022

കളി പ്രാന്തി[1]

മൈതാനത്ത് മിന്നുന്ന നക്ഷത്രങ്ങളേ,
വാനോളം പടരുന്ന
വാമോസ് വിളികളേ,
പാതിരയും ഞാനും
പിന്നെ
തുകൽപ്പന്തിൽ ശ്വാസം നിറച്ച
ഒരു ലോകവും മാത്രം
ഉണർന്നിരിക്കുന്ന നേരങ്ങളേ,
ഒലെ എന്ന ഒറ്റ വാക്കു മാത്രമുള്ള
പാട്ടുകളേ,
ഞാൻ മാത്രം ഇനിയും തുറന്നിട്ടില്ലാത്ത
ഫിസിക്സ് ബുക്കും
ജനലുകളിൽ മാത്രം വെളിച്ചമുള്ളൊരു
പത്താം ക്ലാസ്സും
തോളിൽ അമർത്തി തോണ്ടുമ്പോൾ
നിലയ്ക്കാത്ത സ്വപ്നങ്ങളുടെ
അടുത്ത മൈതാനത്തിനു മുന്നിൽ
പതുങ്ങി ഞാൻ
എന്നെയൊരു കളി പ്രാന്തിയാക്കിയതിന്
നിങ്ങളെയൊക്കെ കുറ്റപ്പെടുത്തും.

04/06/2022

---

1 ഒലെ ഒലെ ഒലെ എന്ന് പാടുന്നത് ഫുട്ബോൾ ആരാധകരുടെ ഒരു രീതിയാണ്.

മഞ്ഞപ്പൂക്കൾ

മഞ്ഞപ്പൂക്കൾക്കിടയിൽ ഞാൻ
തനിച്ചു നിൽക്കുന്നു.
പൂക്കളെയും എന്നെയും
തൊട്ടുരുമ്മുന്നത്
ഒരേ വെയിൽ.
നിന്റെ നോട്ടങ്ങളിലൂടക്കി
എന്റെ സ്വപ്നങ്ങൾ
തുടുക്കാൻ തുടങ്ങിയപ്പോൾ മുതലാണ്
വെയിലിനിത്രയും വെളിച്ചമുണ്ടായത്.
വെളിച്ചമെന്റെ ഉള്ളാകെ
ഒരു നൂറു ശലഭങ്ങളായി
ചിറകടിച്ചപ്പോൾ മുതലാണ് ഞാൻ
നിന്നെക്കുറിച്ച് കവിതയെഴുതാൻ
തുടങ്ങിയത്.
നിന്നെക്കുറിച്ചുള്ള കവിതകൾ
നെഞ്ചും താളും കവിഞ്ഞ്
ഇലകളിലേക്ക് കിനിയാൻ
തുടങ്ങിയപ്പോൾ മുതലാണ്
മഞ്ഞപ്പൂക്കൾ പ്രകാശിക്കാൻ പഠിച്ചത്.

04/06/2022

ബാഴ്സലോണ[1]

ഓർമകളുടെ ആകാശത്ത്
പഴയ നിറങ്ങൾ നിറഞ്ഞുതുളുമ്പുമ്പോൾ
പാതിവഴിയിൽ വിട്ടുപോന്ന കനവുകൾ
തിളക്കം മായാതെ തൊട്ടുവിളിക്കുന്നു.
കണ്ണുകളിലെ നനവ് മറച്ച്
മഴ തൊടാത്ത മരച്ചുവടുകളുടെ
പരിചയമില്ലാത്ത തണലിലൂടെ
മുന്നോട്ട് നടക്കുമ്പോൾ
ഇനിയും പറിച്ചുമാറ്റാനായിട്ടില്ലാത്ത
ഒരു തുണ്ട് വസന്തം
ഉള്ളംകൈയിലിരുന്ന്
നിഷ്കളങ്കമായി ചിരിച്ചുകാട്ടുന്നു.

04/06/2022

1 ആറാം വയസ്സു മുതൽ ലിയനൽ മെസിയുടെ കടുത്ത ആരാധികയാണ് ഞാൻ. പ്രിയപ്പെട്ട ക്ലബ്, മെസിയുടെ സ്വന്തം എഫ്.സി. ബാഴ്സലോണ. എന്നാൽ, മെസി, ബാഴ്സ വിട്ട് പാരിസ് സെയ്ന്റ് ജെർമെയ്ൻ എന്ന പി.എസ്.ജി.യിലേക്ക് പോയതിനോട് ഇനിയും പൊരുത്തപ്പെടാനായിട്ടില്ല. ബാഴ്സയെന്നാൽ അതിരുകളില്ലാത്ത ഗൃഹാതുരത്വം.

കണ്ണാടപ്പൂക്കൾ

ഞാനൊരു രഹസ്യം പറയാം...
എന്റെ കണ്ണട പൂത്തിരിക്കുന്നു.
ഇന്നലെയാണ് ഞാനറിഞ്ഞത്.
ഒരു തുമ്പിൽ നിന്നും
ചുവന്നുതുടുത്ത പനിനീർപ്പൂക്കൾ
എത്തിനോക്കുന്നത് കണ്ടു.
അതിശയത്തോടെ
കണ്ണടയൊന്ന് കുടഞ്ഞപ്പോൾ
ഇലകളും ഇതളുകളും അടർന്നുവീണു.
എന്റെ കണ്ണടയിൽ
കാട്ടുവള്ളികൾ തഴച്ചിരിക്കുന്നു.
അവയിലെല്ലാം പൂക്കൾ
നീല
മഞ്ഞ
വെള്ള.
വെയിൽ തട്ടുമ്പോൾ
മെല്ലെ ചിരിക്കും.
കണ്ണടത്തുമ്പിൽ
രണ്ട് രാപ്പാടികൾ
കുട്ടുകൂട്ടിയിരിക്കുന്നു.
വെറുതെയല്ല
ഈയിടെയായി
ഞാൻ പാടുമ്പോഴെല്ലാം
നിലാവിന്റെ തണുപ്പ്.
മറു തുമ്പിൽ

ഒരു ചെമ്പക മരം
മുളച്ചുപൊന്തിയിരിക്കുന്നു.
എന്റെ ശ്രദ്ധ തെറ്റുമ്പോഴൊക്കെ
അത് ചില്ലകൾ നീട്ടി
മേഘങ്ങളെ വിളിക്കും.
മേഘങ്ങൾ
പട്ടങ്ങളെയും ഒപ്പം കൊണ്ടുവരും.
ചിലപ്പോഴൊക്കെ
കൊച്ചു മഴവില്ലുകളെയും.
എന്റെ കണ്ണട
ഒരു കൊച്ചു കാടായി മാറിയിരിക്കുന്നു.
അതുകൊണ്ടാവാം
നോക്കുന്നിടത്തൊന്നും
കവിതയ്ക്ക് എന്നിൽ നിന്നും
ഒളിക്കാനാവാത്തത്.

05/06/2022

അശ്വതിക്ക്[1]

മേഘങ്ങളെ തൊട്ട് നീ
നൃത്തം ചെയ്യാൻ തുടങ്ങുന്നു.
നിന്റെ പാദങ്ങളിൽ
വള്ളികൾ പൂക്കുന്നു.
നിന്റെ വിരൽത്തുമ്പുകളിൽ
സൂര്യൻ ചിരിക്കുന്നു.
നിന്റെ ആത്മാവിലാണ്
വേനൽമഴ ആദ്യമായി
പൂക്കളെ കാണുന്നത്.
മണ്ണിന്റെ സ്വപ്നങ്ങളെ
വസന്തമായി നെയ്തെടുത്ത്
നീ പോലുമറിയാതെ നീ
കവിതയാവുന്നു.

10/06/2022

1 പ്രിയസുഹൃത്താണ് അശ്വതി.

ഹംഷിറ[1]

എന്നും
ഇരുട്ടിനെയത്രയും
കവിതയാക്കി മാറ്റിയാണ്
നീ കറുത്തു പോയത്.
തീയിൽ
വില്ലോ മരങ്ങൾ മുളപ്പിച്ചാണ്
നിന്റെ കണ്ണുകൾ
ജ്വാലകളായത്.
പണ്ടു കണ്ട കനവുകളെ
മറക്കാതിരുന്നാണ്
നീയൊരാകാശം തീർത്തത്.
എന്നാലും,
ഞാനൊന്ന് ചോദിച്ചോട്ടെ;
ഒരൊറ്റ സ്പർശം കൊണ്ട്
നീയെങ്ങനെയാണ്
തോക്കിൻകുഴലിൽ
വെള്ളപ്പൂക്കൾ വിടർത്തിയത്?

10/06/2022

---

1 ഖാലിദ് ഹൊസൈനിയുടെ "എ തൗസൻഡ് സ്പ്ലെൻഡിഡ് സൺസ് (A Thousand Splendid Suns)" എന്ന പുസ്തകത്തിലെ കേന്ദ്രകഥാപാത്രങ്ങളായ മറിയം, ലൈല എന്നിവർക്കായി എഴുതപ്പെട്ടതാണ് ഈ കവിത. അവരെ അഭിസംബോധന ചെയ്യുന്നത്, അടിച്ചമർത്തപ്പെടുകയും പൊരുതിയുയരുകയും ചെയ്യുന്ന മുഴുവൻ സ്ത്രീകളെയും അഭിസംബോധന ചെയ്യുന്നതിന് തുല്യമാണ്. "ഹംഷിറ" എന്ന ഉർദു പദത്തിനർഥം സഹോദരി എന്നാണ്.

കളിക്കാരി

ആകാശം ചോന്ന നേരത്ത്
ഒറ്റയ്ക്കിരുന്ന് വിഷാദം മോന്തിയപ്പൊ
കരയാനാണേൽ
തോന്നാതെയുമിരുന്നപ്പൊ
അവള് പന്ത് തട്ടി നോക്കി.

അതിശയമേ...!
അങ്ങോട്ടുമിങ്ങോട്ടും
ചാടിക്കളിക്കുന്ന പന്തിന്
പണ്ടെങ്ങാണ്ട് കേട്ടു മറന്നൊരു താളം.
അമർത്തിയൊരു തട്ട് കൊടുത്തപ്പൊ
കാലിന്റെ തള്ളവെരല് നൊന്തു.
ഇത്രേം രസള്ള വേദന
മുമ്പൊരിക്കലും ണ്ടായിട്ടില്ല.

ആമ്പിള്ളേര് കളിക്കുന്നതിന്റേടേലും
ഒറ്റയ്ക്ക് വരുമ്പൊ വഴീലും
ഓർത്തോർത്തിരിക്കുമ്പൊ ഉള്ളിലും
സ്വപ്നം കാണുമ്പൊ ഒറക്കത്തിലും
അവള് പന്ത് തട്ടി.

പറിക്കാതെ വെച്ച പൂക്കൾ കൊണ്ടും
പറയാതെ വെച്ച ഇഷ്ടം കൊണ്ടും
കളഞ്ഞുപോയിട്ട് പിന്നേം കണ്ടുപിടിച്ച
ഓർമകൾ കൊണ്ടും

പെണങ്ങിപ്പോയിട്ട് പിന്നേം തിരിച്ചുവന്ന
സ്വപ്നങ്ങൾ കൊണ്ടും
അവള് പന്ത് തട്ടി.

കാല് മൊത്തം നോവായി
പൊടിയായി ചെളിയായി
മേലെല്ലാം വേർപ്പായി
മുഖം നല്ല ചോപ്പായി
അങ്ങനെ
നൊന്ത് നൊന്തും
വേർത്ത് ചോന്നും
നോക്കിച്ചിരിച്ചോരോടെല്ലാം
മാനം നോക്കി പാട്ട് മൂളിയും
അവള് കളിക്കാരിയായി.

18/06/2022

നജാദിന്[1]

അർഥം മറന്ന ഞാൻ
പൊൽസെന്ന വാക്കിനെ
തിരിച്ചും മറിച്ചും നോക്കി നോക്കി
ഇരുന്നപ്പോൾ
ഒരൊറ്റ ചിരി കൊണ്ട്
നീയെന്നെ
അതോർമിപ്പിച്ചു.
നിന്റെ കൈയിലെന്താണെന്ന്
ഞാൻ വെറുതെ നോക്കിയപ്പോൾ
സൂര്യനെന്നെ തിരിച്ച് നോക്കുന്നു.
നമ്മൾ കൈ കോർത്തപ്പോൾ
എന്റെ വിരലുകളിലെല്ലാം
വെയിൽ.
മുറിവിൻമേൽ വിടരാൻ
പറ്റുന്ന പൂക്കളെ
ഞാനറിഞ്ഞു.
വരണ്ട മണ്ണിൽ വീണ്
മുളച്ചപൊന്തി
വാനിലേക്കു വളർന്നു പടരുന്ന
നക്ഷത്രങ്ങളെ കണ്ടു. .
ഒറ്റഞ്ഞൊടിപ്പിൽ
ഒരു കണ്ണിറുക്കിച്ചിരിയുംകൊണ്ട്
ആകാശമൊന്നാകെ സ്വന്തമാക്കുന്ന

---

1 പ്രിയ സുഹൃത്താണ് നജാദ്, കാസർകോടൻ പ്രാദേശിക ഭാഷയിലെ ഒരു സവിശേഷ പദമാണ് "പൊൽസ്". സൗഹൃദത്തിന്റെ ആഘോഷമാണത്.

ഓളങ്ങളെ കേട്ടു.
അതുകൊണ്ട്,
നമ്മളൊന്നിച്ചിനി
അടുത്ത ഉദയം കാണുമ്പോൾ
നിന്റെ മുടിച്ചുരുളുകളിൽ
ചിരിക്കുന്ന ഇലകൾ തിരുകി
ഞാൻ നിന്നെ
പൊൽസെന്ന് വിളിക്കും.

18/06/2022

മരിച്ച കുട്ടി[1]

തെരുവിൽ
ഒരു മരിച്ച കുട്ടി.
അടഞ്ഞ കൺപോളകളിൽ
മായാൻ മനസ്സു വരാത്ത
ആശകളുടെ
അനക്കം.
നിലത്ത് പരന്ന മുടിയിഴകളിൽ
പതുങ്ങി
ഇറങ്ങിവരാൻ കൂട്ടാക്കാത്ത
പുലരി.
മുറിവുകളിൽ
ഒരിക്കലും ആരും കേട്ടിട്ടില്ലാത്ത
നിലവിളി.
ചുരുട്ടിപ്പിടിച്ച കൈയിൽ
കൂസലില്ലാതെ കുതറുന്ന
ഒരു
മരിക്കാത്ത ചിരി.

18/06/2022

---

1 വിക്റ്റർ ഹ്യൂഗോയുടെ “പാവങ്ങൾ” എന്ന പുസ്തകത്തിലെ രക്തസാക്ഷിയായ തെരുവുബാലൻ ഗവ്‌റോഷിനായി എഴുതപ്പെട്ട കവിതയാണിത്.

അവളെങ്ങനെയാ അവളായേന്നറിയോ...?

ബാർബി ഡോളിന്റെ
മുടിച്ചുരുളുകളെക്കാൾ
മിനുമിനുപ്പ്
എന്തിനാന്നറിയോ?
മെസീടെ ജേഴ്സിക്ക്.

ഇല
മഴയെക്കൊണ്ടെന്ന പോലെ
ഉള്ളിലെ നനവ് കൊണ്ട്
കവിതയെഴുതാൻ പറ്റിയ സ്ഥലം
എവിടെയാന്നറിയോ?
മരത്തിന്റെ മേളില്.

അടിവയറ്റിലെ നോവ്
ചോന്ന പൂക്കളായി ചിതറുമ്പൊ
ഏറ്റോം രസം എന്തിനാന്നറിയോ?
പാറപ്പൊറത്ത് വലിഞ്ഞ് കേറി
നീലിച്ച ആകാശത്തിന്റൊപ്പം കെടക്കാൻ.

ക്ലാസ്റൂമിലിരിക്കുന്ന
വല്യേ ഗ്ലോബിനെക്കാളും
ഭൂമിയോട് സാമ്യം എന്തിനാന്നറിയോ?
കാലില് കനവാകുന്ന പന്തിന്.

ഉള്ളെരിയുമ്പൊ
മഴ നനയണംന്ന് തോന്നിയാൽ
എന്ത് ചെയ്യണംന്നറിയോ?
ഒന്നിനെയും കൂസാതെ
തന്നത്താനെ അങ്ങ് പെയ്യണം.

ഇത്തിരിവട്ടത്തിന്റുള്ളില്
ഒതുക്കിപ്പിടിക്കാൻ നോക്കിയാൽ
എന്താവണംന്നറിയോ?
തിരയഴിച്ച കടല്.

22/06/2022

കടലിനോട്

ഇന്നലെ നീ പിൻവലിച്ച തിരയെ
ഒന്ന് തിരികെ തീരത്തേക്കയയ്ക്കാമോ?
നിറയെ നക്ഷത്രങ്ങളുള്ള
എന്റെ ആകാശത്തെ
അത് കൂടെ കൊണ്ടുപോയിരുന്നു.

14/06/2022

രാത്രിയോട്

ഇരുട്ടിനെ എനിക്കു തന്നേക്കൂ.
ഞാനതിൽ നിലാവു കൊണ്ട്
കവിതയെഴുതിത്തരാം.

14/06/2022

മേഘത്തിനോട്

ഇങ്ങനെ തുടുക്കാമോ?
സായാഹ്നത്തെക്കുറിച്ച് എഴുതിയെഴുതി
ഞാനൊരാകാശമായിക്കുന്നു.

14/06/2022

ലിയോ മെസിക്ക്

ആദ്യം കണ്ടപ്പൊ
കൗതുകം തോന്നി.
വല്യ സംഭവാന്ന്
അമ്മ പറഞ്ഞ്.
ലോകകപ്പിന്റെ രസത്തില്
ആണ്ട് മുങ്ങിയപ്പൊ
നീലേം വെള്ളേം നെറത്തില്
ഉള്ളില് പതിഞ്ഞ്.

മെല്ലെ മെല്ലെ
ഞാൻ വല്ലായി.
പിന്നേം വന്ന് ലോകകപ്പ്.
കളിയോട്ള്ള ഇഷ്ടോം വല്ലായി.
വല്ലായി വല്ലായി
കളിപ്രാന്തായി.

കളിവിശേഷം പറഞ്ഞ്
എപ്പോം കൂടെ നടക്കുന്ന ചെക്കമ്മാര്
കോയിമുട്ട മെസീന്ന് കൂക്കിവിളിച്ച്.
ആരാ എന്താന്നൊന്നും അറിയാതെ
പല്ലിവാല് റോണോന്ന് ഞാൻ
തിരിച്ചും വിളിച്ച്.

കളി കാണാൻ തൊടങ്ങി.
ഒറക്കത്തിനെ

തോളത്ത് തട്ടി യാത്ര പറഞ്ഞ്
സന്തോഷമായി പറഞ്ഞയച്ച്.
ഇഷ്ടങ്ങൾ നെറച്ച
പൂപ്പാത്രത്തിന്റെ സ്ഥാനത്ത്
ശ്വാസം നെറച്ച
പന്ത് വന്ന്.

നോട്ട്ബുക്കിന്റെ
ബാക്ക് പേജിൽ തൊടങ്ങി,
വരി തിരിക്കാത്ത മെസിക്കവിതകൾ
നീണ്ട് നീണ്ട് ചെന്ന്
കണക്കുകൾടെടേലേക്ക്
ഒന്നാകെ പടർന്ന്.

കാലോണ്ട്
അതിരില്ലാത്ത ആകാശം
വരയ്ക്കുന്നതും
ഗോള്ണ്ടേലും ഇല്ലേലും
കവിത പൊട്ടിത്തുവ്വന്നതും
കണ്ണ് മിഴിച്ച് കണ്ടിരുന്ന്.
പന്തെടുത്ത്
കവിതയെഴുതാൻ നോക്കി
കാലും പന്തും ചേരാതെ ഒടക്കി
പൊറവും തല്ലി വീണ്.

രാത്രികളെല്ലാം പൂത്തിരിയായി.
വായ തൊറന്നാ
ലൈ ഒലെ പാട്ട്.
കണ്ണടച്ചാ
ഗോള് നെറഞ്ഞ വല.

പന്തിന് വേണ്ടി
കാല് തരിക്കാൻ തൊടങ്ങി.
കുപ്പീം കല്ലുമെല്ലാം

പന്താവാൻ തൊടങ്ങി.
ഇരുണ്ട തെരുവില്
വാക്കടക്കി വീർപ്പടക്കി
ആകെയുള്ള സ്വപ്നങ്ങളെ
കൈയില് ചുരുട്ടിപ്പിടിച്ച്
ഒറ്റയ്ക്ക് പന്ത് തട്ടിയ
കുഞ്ഞിച്ചെക്കനെ ഓർത്ത്.

തോറ്റപ്പൊ,
അതേ പഴയ സ്വപ്നങ്ങളുടെ
ഭാരത്തില്
തലേം കുനിച്ച് പോന്ന കണ്ടപ്പൊ,
നെറയെ കരഞ്ഞ്.
ചാരത്തില്
തീ നെറോള്ള പൂവാവാൻ
പഠിച്ച്.
പിന്നേം പിന്നേം
മൈതാനത്തേക്ക് തന്നെ മടങ്ങി.
സ്വപ്നങ്ങളൊന്നൊന്നായി ഉയിർത്ത്.
ഞാനും മെല്ലെ
ഉള്ളംകൈയില് നോക്കി.
നെഴലിന്റെ കൈയിലും
വെളക്ക് കൊട്ടുക്കുന്ന
സ്വപ്നം കണ്ട്.

24/06/2022

മുന്തിരി

തോട്ടം
മേഘങ്ങളെ ചുറ്റിപ്പടരുന്ന
പച്ച ഞരമ്പുകളിൽ,
വെയിൽ ചുവയ്ക്കുന്ന
മധുരം.
സൂര്യന്റെ
ഉള്ളംകൈയിൽ കിടന്ന് തുടുത്ത
കുലകൾക്കും
കാറ്റ്
രഹസ്യമായി കവിത കുറിച്ച
ഇലകൾക്കും
നിന്നെക്കുറിച്ച് ഞാൻ കണ്ട
കനവുകളുടെ മണം.
പഴം
നീലിച്ച ഓർമകളിൽ,
ചിതറിയ ചെറുവിഷാദങ്ങളുടെ
സായാഹ്ന നടത്തം.
മധുരിക്കുന്ന തണുപ്പിൽ
എവിടെയൊക്കെയോ
നക്ഷത്രങ്ങൾ തുകിവീണിരിക്കാം.
വീഞ്ഞ്
എനിക്കറിയാം.
നിനക്കറിയില്ല.
കരഞ്ഞുതീർത്ത കിനാവുകൾക്കും
മാഞ്ഞിട്ടും മറക്കാത്ത നിറങ്ങൾക്കും

വെളിച്ചത്തിന്റെ രുചി.
ഉള്ളിലെ വള്ളികളിൽ
നിലാവ് തളിർക്കുമ്പോൾ
മധുരമെവിടെയെന്ന്
മറന്നുപോകുന്നു.
നിനക്കറിയില്ല.
എനിക്കോ?

28/06/2022

സിനഗോഗ്[1]

കവാടം
വെള്ളച്ചുമര്.
കൂറ്റൻ ഘടികാരം.
ഓരോ അക്കത്തിലും
ഞാൻ കാത്തിരുന്ന
നിനവുകൾ.
സായന്തനങ്ങളുടെ തുടുപ്പ്;
പുലരികളുടെ മിനുപ്പ്;
പാതിരകളുടെ,
ആർക്കുമറിയാ ഇനിപ്പ്.
ചുമരിൻമേൽ പൂത്തുമറിഞ്ഞ
ബൊഗൈയ്ൻവില്ല.
ഇതളുകൾക്ക്
പഴയ മാന്ത്രികകഥകളുടെ
കടുംനിറം.
തറക്കല്ലുകൾ
കോർത്തുപിടിച്ച കൈകളും
അടക്കിപ്പിടിച്ച കവിതയും കൊണ്ട്
നമ്മൾ ഓടിക്കയറി.
നമ്മുടെ പാദങ്ങളിൽ
പുരണ്ടിരുന്ന രാത്രി,
തറയിലാകെ പടർന്നു.
നേരം പുലർന്നപ്പോൾ,
വെയിൽ വന്ന് നോക്കി.

---

1 കൊച്ചിൻ സിനഗോഗിനെയാണ് ഈ കവിതയിൽ വർണിച്ചിരിക്കുന്നത്.

തറക്കല്ലുകളിലെ
പൂക്കൾക്കും ഇലകൾക്കും
മരങ്ങൾക്കും മേഘങ്ങൾക്കും
മലനിരകൾക്കും നീല നിറം.
വിളക്കുകൾ
ചില്ലുകളിൽ നമ്മൾ
നമ്മുടെ പുലരികളെ
ഒളിച്ചുവച്ചു.
അങ്ങനെ,
വെളിച്ചമത്രയും സുവർണനിറത്തിലായി.
ജനാല
കാറ്റ് വരും;
കവിതകളുമായി.
എന്റെ കൺപീലികളിൽ
മഴ.
നിന്റെ മുടിയിഴകളിൽ
ഹേമന്തം.

28/06/2022

വാട്ടർല്ലൂവിലെ സൈനികൻ[1]

നിന്റെ കൈ
ഞാൻ കണ്ടു.
മണ്ണിന്റെ ആത്മാവിൽ നിന്നും
ഉയർന്നുനിൽക്കുന്ന കൈ.
മരിച്ചിട്ടും മരിക്കാത്ത
കൈ.

നിന്റെ കൈനഖങ്ങൾക്ക്
പുലരിയുടെ കവിളിലെ
ഇളം ചുവപ്പ് നിറം.
അവയ്ക്കിടിയിൽ
നീറുന്ന രക്തക്കറകൾ.

വിരലുകളിലുടക്കി
നിന്റെ പ്രണയം.
ഇതളുകളിൽ നിന്നും ഇറ്റിറ്റു വീഴുന്ന
നഷ്ട സായന്തനങ്ങൾക്ക്
പനിനീർപ്പൂ മണം.

പിടിക്കാതെ പോയ പേന.
എഴുതാതെ പോയ കവിതകൾ.
നിന്റെ കൈയിൽ

---

1 വാട്ടർല്ലൂ യുദ്ധഭൂമിയിൽ ചരിത്രാന്വേഷകരുടെ പരിശോധനകൾ നടന്നുകൊണ്ടിരിക്കുകയാണ്. സംഘത്തിലെ ഒരു സാഹിത്യകാരി, അവിടെ കണ്ട ഒരു കാര്യം പ്രത്യേകമായി വിവരിച്ചിരുന്നു. മണ്ണിനടിയിൽ നിന്നും പൊന്തിനിൽക്കുന്ന ഒരു കൈ. അസ്ഥി മാത്രമാണ്.

തുടിപ്പായി
കാട്ടുപൂക്കൾ.

ഞരമ്പുകളിൽ
ഇപ്പോഴും കുതറുന്ന
ജീവിതം.
അതിൽ
തുറന്ന ആകാശങ്ങൾ.
തേങ്ങാത്ത വീടുകൾ.
ചിരിക്കുന്ന കുട്ടികൾ.
പിന്നെയും പിന്നെയും
വാതിലിൽ മുട്ടുന്ന
പ്രഭാതങ്ങൾ.
നീ അറിയുന്നുണ്ടോ?
നിന്റെ കൈയ്ക്ക്
ഇപ്പോഴും ജീവനുണ്ട്.
നിന്റെ കവിതകൾക്കും.

01/07/2022

ഗോകുലിന്[1]

ഞാൻ നിന്നെക്കുറിച്ച്
എഴുതാനിരിക്കുന്നു.
എന്തെഴുതണമെന്ന്
എനിക്കറിയില്ല.

ആകാശം
വെളിച്ചം തൂവി.
ഹേമന്തം
അതിന്റെ ഇലകൾ
വച്ചുനീട്ടി.

ഇലകളിൽ
നീ അന്ന്
എനിക്കു തന്ന ചിരി.

മണ്ണിന്റെ താളുകളിൽ
മഴ
കവിതയായി പടരുമ്പോൾ
ഞാനെന്റെ വാക്കുകൾ കണ്ടെത്തുന്നു.

അങ്ങനെ നീ
കവിത.
പേനത്തുമ്പിലാകെ
ആനന്ദം.

02/07/2022

---

1 പ്രിയസുഹൃത്താണ് ഗോകുൽ.

മഴയും ഞാനും

മഴയും ഞാനും
പണ്ടേ കുഴപ്പക്കാരാണ്.

മഴ
വീഞ്ഞ് കുടിക്കാനിരുന്നു.
എന്റെ പർപ്പിൾ ആകാശം
മുന്തിരിച്ചാറായി.

മഴ
പിയാനോ വായിക്കാനിരുന്നു.
എന്റെ രഹസ്യങ്ങൾ
രാഗവീചികളായി.

മഴ
എഴുതാനിരുന്നു.
താളുകൾ നനച്ചുകുഴച്ച്
അപ്പാടെ മഷിയും പടർത്തി
ഞാൻ കവിതയായി.
എന്നിൽ നിന്നും
എങ്ങനെ ഒളിക്കണമെന്നറിയാതെ
മഴ.
മഴയെ
എങ്ങനെ മായ്ക്കണമെന്ന്
ഒരെത്തും പിടിയും കിട്ടാതെ
ഞാൻ.

പിന്നെയും
മഴയ്ക്ക് പാടാൻ തോന്നുമ്പോൾ
ഞാൻ തന്നെ സംഗീതം.
മഴയ്ക്ക് പെയ്യാൻ തോന്നുമ്പോൾ
ഞാൻ മാത്രം ആകാശം.

02/07/2022

ലിസവെറ്റ സ്മെർഡിയാഷ്ചയ[1]

അവൾ
കുറ്റിക്കാട്ടിൽ ഉറങ്ങുന്നവൾ.

അവളുടെ കൺപോളകൾ
നിരന്തരം അനങ്ങുന്നുണ്ട്.
അവയിൽ
നാറുന്ന തൂവലുകളുള്ള കിളികൾ
ചിറകടിക്കുന്നുണ്ട്.

അവളുടെ മുടിയിഴകൾ
ഒരു കാടായി
പടർന്നും പരന്നും
ഇരുൾ മുറ്റി
വിഷാദം ചുറ്റി
അങ്ങനെ...

---

1 ഫ്യോദർ ദസ്തയെവ്സ്കിയുടെ “കാരമസോവ് സഹോദരൻമാർ” എന്ന പുസ്തകത്തിലെ ഊമയായ തെരുവുപെൺകൊടിയാണ് ലിസവെറ്റ സ്മെർഡിയാഷ്ചയ അഥവാ “നാറുന്ന ലിസവെറ്റ”. കുറ്റിക്കാട്ടിൽ കിടന്നുറങ്ങവേയാണ് അവൾ ഫ്യോദർ കാരമസോവിന്റെ കാമഭ്രാന്തിനിരയാകുന്നത്.

നേർത്ത ഒറ്റയുടുപ്പിനുള്ളിൽ നിന്നും
കൂർത്തു വിളറിയ തോളായും
തളർന്നു വാടിയ കാലായും
കയ്ക്കുന്ന വസന്തം
എത്തിനോക്കുന്നു.

വഴിയേ പോകുന്നവർ
അവളെ തുറിച്ചുനോക്കുന്നു.
അവളെ പുതപ്പിക്കുവാനാകാതെ
രാത്രി
നിന്നു വിയർക്കുന്നു.

ഉറക്കത്തിൽ
ഒരു പുച്ഛച്ചിരിയും ചിരിച്ച്
അവൾ തിരിഞ്ഞുകിടക്കുന്നു.

പൊക്കമേറിയ തെരുവുവിളക്കുകൾ വീണ്ടും
അടക്കം പറയുന്നു:
'നാറുന്ന ലിസവെറ്റ!'

03/07/2022

എന്റ് സ്വന്തം എപ്പൊനൈൻ[1]

പൂത്ത താഴ്വരയിൽ നീ
നക്ഷത്രങ്ങളെ നോക്കി നിന്നു.
ഞാനന്നേരം
ഇരുട്ടിനെയെടുത്ത് പുതച്ച്
കവിതകൾ നൊന്തു കുറിച്ച്
നിനക്കായി മിന്നാമിനുങ്ങുകളെ
പറത്തിവിടുകയായിരുന്നു.

രാത്രി പെയ്ത കാടുകളിൽ നീ
മിന്നാമിനുങ്ങുകളെ തേടി നടന്നു.
ഞാനന്നേരം
ശ്വാസത്തെ മണ്ണിൽ പടർത്തി
മുറിവേറ്റ ഹൃദയത്തിൽ
പൂക്കൾ വിടർത്തി
വാനിലൊരു
നക്ഷത്രമായിത്തീർന്നതേ ഉണ്ടായിരുന്നുള്ളൂ.

03/07/2022

---

1 വിക്ടർ ഹ്യൂഗോയുടെ "പാവങ്ങൾ" എന്ന പുസ്തകത്തിലെ അതിദരിദ്രയായ പെൺകുട്ടിയാണ് എപ്പൊനൈൻ തെനാർദിയെർ. മരിയുസ് പൊങ്മേഴ്സി, കൊസെത്ത് ഫൂഷെൽവാങ്ങുമായി പ്രണയത്തിലാണെന്ന് അവൾക്കറിയാമായിരുന്നു. എന്നിട്ടും, എപ്പൊനൈൻ, മരിയുസ്സിനെ നിശബ്ദം തീവ്രമായി പ്രണയിക്കുകയും അവനു വേണ്ടി രക്തസാക്ഷിയാകുകയും ചെയ്തു.

ലാ പദാ റോസ II[1]

താഴ്വരയുടെ ഞരമ്പുകളിലൂടെ
കാട്ടുവസന്തങ്ങൾ കുതിച്ചു.
കാറ്റിന്റെ ചൂളംവിളികളിൽ
അടക്കിപ്പിടിച്ച കിനാവുകൾ.
രാത്രിയുടെ അകക്കാമ്പിൽ
മറഞ്ഞിരിക്കുന്ന തെരുവുകൾ.

മലനിരകൾക്കപ്പുറത്ത് കേൾക്കാം
ഹേമന്തം പൊഴിയുന്ന ശബ്ദം.

പാതകൾ വളഞ്ഞും തിരിഞ്ഞും
പലതായിപ്പിരിഞ്ഞും
ആത്മാവിന്റെ മന്ത്രണങ്ങൾക്കൊപ്പം
നീണ്ടു നീണ്ടങ്ങനെ...

ഭൂമി തുരന്നിറങ്ങിയ ദു:സ്വപ്നങ്ങൾ
ചോര വറ്റി
അകലെ ആകാശത്തെ
തുറിച്ചുനോക്കി.
ഇരുട്ടു പറ്റിപ്പിടിച്ച കോണുകളിൽ
പായലുകളിലുറങ്ങുന്ന കുട്ടികൾ
നദിയും വാനവും ചേരുന്നിടത്തെ

---

1 ഏർണെസ്റ്റോ ചെ ഗെവാരയെ ഒരു വിപ്ലവകാരിയാക്കിത്തീർത്തതിൽ പ്രധാന പങ്കു വഹിച്ചിട്ടുണ്ട് ആൽബർട്ടോ ഗ്രനാഡോയ്ക്കൊപ്പം നടത്തിയ പ്രസിദ്ധമായ മോട്ടർസൈക്കിൾ യാത്ര. ആ യാത്രയിലുപയോഗിച്ച മോട്ടർസൈക്കിളാണ് ലാ പദാ റോസ II.

സ്വപ്നം കണ്ടു.

സ്വപ്നത്തിന്റെ അനക്കങ്ങളിൽ നിന്നും
ഒരു താരകമുയിർത്തു.

04/07/2022

പിന്നെയും പിന്നെയും മഴ

ഏറെ നാൾ പണിപ്പെട്ട്
ഒടുവിലിന്നലെ ഞാൻ
നിന്നെ മായ്ച്ച കളഞ്ഞു.

നെറ്റിയിലെ വിയർപ്പു തുടച്ച്
രാത്രിയെ എടുത്തു കമിഴ്ത്തി.
നിന്റെ നോട്ടങ്ങളിൽ നിന്നുതിർന്ന
നക്ഷത്രങ്ങളത്രയും
അകലേക്കൊഴുകിപ്പോകുന്നത്
സംതൃപ്തിയോടെ നോക്കി നിന്നു.
എന്നിട്ടും പോകാതെ
വിരൽത്തുമ്പിൽ പറ്റിപ്പിടിച്ച
നീലമേഘത്തെ
അരിശത്തോടെ കുടഞ്ഞു കളഞ്ഞു.

നിനക്കായി കുറിച്ച കവിതകളെല്ലാം
കീറിയെടുത്ത് കാറ്റിൽ പറത്തി.

തലയിണയെടുത്ത് കുടഞ്ഞപ്പോൾ
ഉതിർന്നുവീണ സ്വപ്നങ്ങളിലെല്ലാം
നിന്റെ മുഖം.
എല്ലാം പെറുക്കിക്കൂട്ടി
കരിയിലകൾക്കൊപ്പം തട്ടി.

ഓർമകളെ
കുഴിച്ചുമൂടാൻ പറ്റിയില്ല.
എന്നാലും
നീ പറഞ്ഞ വാക്കുകളെയും
നീയെറിഞ്ഞ നോക്കുകളെയും
തിരിഞ്ഞുനോക്കാതെ കടന്നുപോന്നു.

അങ്ങനെ
ഒടുവിൽ ഞാൻ
സമാധാനമായുറങ്ങി.
പുലരി ഉദിച്ചില്ല...
പെയ്യുകയാണുണ്ടായത്.

ജനാലയ്ക്കൽ നിന്നു വീണ്ടും
വിറയ്ക്കുന്ന കൈ നീട്ടി
ഞാൻ നിന്നെ തൊട്ടു.

04/07/2022

സെയ്ൻ നദിക്കരയിലെ ഹെൻറി[1]

സെയ്നിന്റെ ഓളങ്ങളിൽ
നിലാവ് പൊട്ടിത്തൂവി.
നിലാവിലാകെ രാപ്പാടിയുടെ വിഷാദത്തിന്റെ മധുരം.
ജനലരികിൽ
അവൻ തനിച്ചിരുന്നു.
അവന്റെ മുടിച്ചുരുളുകളിൽ
രാത്രി നൂണ്ടുകയറി.
മണ്ണിലമർന്ന പൂക്കളുടെ രഹസ്യങ്ങൾ
കാറ്റ് കാതിൽ മന്ത്രിച്ചു.
ജനൽപ്പടിയിൽ
അവന്റെ വിളറിയ കൈ
നേർങ്ങനെ വിറച്ചു.
അവന്റെ ഓർമയിൽ
മെഴുതിരികളെരിഞ്ഞു.
അവന്റെ ഇമവെട്ടലുകളിൽ നിന്ന്
ചെറിവസന്തങ്ങളടർന്നു.
നിശ്വാസത്തിൽ നിന്ന്
സായന്തനങ്ങളും.
അകലെ
പൊഴിയാറായ ഇലകൾ പാടുന്നത്

1 ഹെൻറിയെന്നാൽ, ഹെൻറി റെനെ ആൽബർട്ട് ഗയ് ദെ മോപ്പസാങ്. ഗുസ്തെവ് ഫ്ലൊബെർട്ടിന്റെ ആരാധികയായിരുന്നു മോപ്പസാങ്ങിന്റെ അമ്മ. അക്കാലത്ത് ധാരാളം എഴുത്തുകാരുടെ താവളമായിരുന്നു സെയ്ൻ നദിക്കരയിലെ ഫ്ലൊബെർട്ടിന്റെ വീട്. മകന്റെ എഴുത്തിന് ഗുണം ചെയ്യുമെന്ന് കരുതി, അമ്മ, കൊച്ചുമോപ്പസാങ്ങിനെ അവിടെ കൊണ്ടുയാക്കുകയായിരുന്നു.

അവൻ കേട്ടു.
നക്ഷത്രങ്ങൾ പൂത്ത മരച്ചില്ലകൾ
അങ്ങുമിങ്ങും ഇളകിക്കളിച്ചു.
കാറ്റിലൊന്ന് കണ്ണടച്ചപ്പോൾ
അവനൊരു ചിറകനക്കമറിഞ്ഞു.
പതുക്കെപ്പതുക്കെ
അവന്റെ താളുകൾ കവിഞ്ഞു.

05/07/2022

ഗുൽമോഹർ

ഉള്ളു കത്തുന്ന വേനലിന്റെ
ചൂടുനിശ്വാസമേറ്റു നീറി വിറകൊണ്ട്
ചോന്നു ചോന്നു പൂക്കുന്ന പ്രണയം.

നീലവാനിനു നിത്യവും
നോക്കിനോക്കിനിൽക്കാൻ,
ഓർത്തു കൺ തുടയ്ക്കാൻ
ഏതോ നാളിൽ വിട്ടടർന്നു പോന്നൊരു
കത്തുന്ന സായന്തനം.

പൊടി പിടിച്ചിട്ടും ബാല്യം മണക്കുന്ന
ഒരു നീണ്ട മായക്കഥ.

കൊഴിഞ്ഞ പൂക്കാലത്തെ
മണ്ണിനു വേണ്ടി
കവിതയാക്കിത്തീർക്കുന്ന,
ഇലകളും ചില്ലകളും വഴിയുന്ന മഴ.

07/07/2022

ദസ്തയേവ്സ്കി, നിങ്ങൾ...![1]

നിങ്ങൾ
ഈ താളുകളിൽ
ജീവിതം നിറച്ചുവച്ചു.
ഒന്നു കാൽ വെച്ചാൽ
ആഴങ്ങളിലേക്കു വലിക്കുന്ന
അക്ഷരങ്ങൾ കൊണ്ട്
കുരുക്കിട്ടു.

പൊടിപടലങ്ങൾ മൂടിയ
തെരുവിലൂടെ നടക്കാതെ
എനിക്കു നിവൃത്തിയില്ല.
സായാഹ്നം പുതച്ച്
മുഖം ചുളിച്ച്
നടന്നുപോകുന്ന,
നിങ്ങളുടെ കിറുക്കൻ ചെറുപ്പക്കാരനെ
പിന്തുടരുകയല്ലാതെ
എനിക്കു വേറെ വഴിയില്ല.

വേനൽ
കാട്ടുപൂക്കൾ ചൂടി മയങ്ങുന്നിടത്തെ

---

1 ഫ്യോദർ ദസ്തയെവ്സ്കിയുടെ "കാരമസോവ് സഹോദരൻമാർ" എന്ന പുസ്തകത്തിന്റെ വായനയ്ക്കു ശേഷം, "കുറ്റവും ശിക്ഷയും" എന്ന പുസ്തകത്തിന്റെ വായന പുരോഗമിക്കവേയാണ് ഈ കവിത എഴുതപ്പെട്ടത്. "സായാഹ്നം പുതച്ച് മുഖം ചുളിച്ച് നടന്നുപോകുന്ന കിറുക്കൻ ചെറുപ്പക്കാരൻ", "കുറ്റവും ശിക്ഷയും'' പുസ്തകത്തിലെ റോഡിയ റസ്കോൾനിക്കോവാണ്. "വേനൽ കാട്ടുപൂക്കൾ ചൂടി മടങ്ങുന്നിടത്തെ വീണ വായനക്കാരൻ", "കാരമസോവ് സഹോദരൻമാർ" പുസ്തകത്തിലെ സ്മെർഡിയാക്കോവാണ്.

വീണ വായനക്കാരനുമായി
നിങ്ങളെന്നെ
പ്രണയത്തിൽ തള്ളിയിട്ടു.
പ്രഭാതത്തെ തുന്നിയെടുത്തുകൊണ്ട്
ഞാൻ ജനൽപ്പടിയിലിരിക്കെ
നിങ്ങൾ
അവൻ കൊലപാതകിയാണെന്നു
വിളിച്ചുകൂവി.
എന്റെ സ്വപ്നങ്ങളിൽ കയറിയിറങ്ങി
അവൻ കരഞ്ഞു.
കണ്ണുനീർ തുടയ്ക്കാൻ
നിങ്ങൾ തന്നെ
അവനൊരു
വൃത്തികെട്ട തുവാലയും കൊടുത്തു.

നക്ഷത്രങ്ങൾ പൂത്ത ചില്ലകളിൽ
രാപ്പാടികൾ
ബൈബിൾ വായിക്കുന്നുവെന്ന്
നിങ്ങൾ മന്ത്രിച്ചു.
കൺപീലികളിൽ കൗതുകം പടർന്ന്
ഞാൻ നോക്കിച്ചെന്നപ്പോൾ
നിങ്ങൾ തന്നെ
ചില്ല പിടിച്ചുലച്ച്
രാപ്പാടികളെയൊക്കെയും പറത്തിവിട്ടു.
അന്നേരം എന്റെമേലുതിർന്നുവീണ
നക്ഷത്രങ്ങളെ
ഞാനിനി എന്തുചെയ്യണം?

കാറ്റിലൊഴുകിവരുന്ന,
നിങ്ങളുടെ പ്രിയപ്പെട്ട പ്രേതങ്ങളെ
വിളറിയ ചിരിയോടെ സൽക്കരിക്കാതെ
എനിക്കു രക്ഷയില്ല.
തെരുവുവിളക്കുകൾക്കു ചുവട്ടിലെ
നിഴലുകളുടെ നൃത്തത്തിന്

ഒച്ച താഴ്ത്തി പാട്ടു പാടാതെ
എനിക്കു വേറെ മാർഗമില്ല.

തൽക്കാലത്തേക്ക് നിങ്ങളുടെ ഭാഗ്യം.
ഇങ്ങനെ കുറിച്ചുകൊണ്ടിരിക്കാൻ
എനിക്കു നേരമില്ലാത്തതുകൊണ്ട്
ഞാൻ കൂടുതലൊന്നും പറയുന്നില്ല;
നേരമില്ലാത്തതുകൊണ്ടു മാത്രം.
കാരണം,
എനിക്കിനിയും നിങ്ങളുടെ
പൊള്ളുന്ന താളുകൾ
വായിച്ചുതീർക്കാനുണ്ട്.

09/07/2022

ചിന്തയ്ക്ക്[1]

നമ്മളൊന്നിച്ച്
മേഘങ്ങളിൽ കവിതയെഴുതി
സായാഹ്നത്തെ ചുവപ്പിച്ച്
മഴയെ തണുപ്പിച്ച്.
നിന്റെ കൈ പിടിക്കുമ്പോൾ
ഞാൻ
പുൽക്കുട്ടത്തിലെ ശലഭച്ചിറക്
നീ
വസന്തത്തിന്റെ കവിളിലെ തുടുപ്പ്.

10/07/2022

1 ഏറ്റവും അടുത്ത സുഹൃത്താണ് ചിന്ത.

കാൽപ്പന്ത്

ഒഴിഞ്ഞ തെരുവ്.
ഒറ്റയ്ക്കൊരു പന്ത്.
തിരിച്ചുവരാത്ത കൊച്ചുകാലുകളെ കാത്ത്,
ചാമ്പലായിപ്പോയ ചിരികളെ കാത്ത്...
ഒന്നുമറിയാതെ.

കരുവാളിച്ച ആകാശത്തിന്റെ
നെടുവീർപ്പിൽ
പന്തിനു തണുക്കുന്നു.
തൊട്ടടുത്ത്
കാറ്റ് മരിച്ചുകിടക്കുന്നു.
മരവിച്ച ജനൽപ്പാളികളിൽ നിന്നുമത്
അടർത്തിക്കൊണ്ടുവന്ന ചില
അടക്കിപ്പിടച്ച കരച്ചിലുകൾ
ചുറ്റിനും ചിതറിക്കിടക്കുന്നു.

മുറിവേറ്റ മഞ്ഞുകാലം
കാടുകയറി ഓടിപ്പോകുമ്പോൾ
പന്തിനു പേടിയാകുന്നു.
ഒരു നിശ്വാസത്തെ ചുറ്റിയ
മുത്തുമാല പൊട്ടിച്ചിതറി
മണ്ണും മഞ്ഞും ഇലകളും
ഒന്നാകെ ചുവക്കുന്നു.

സായാഹ്നത്തിന്റെ ഉള്ളംകൈയിൽ

പന്ത് വീർപ്പടക്കി ഇരിക്കുമ്പോൾ
മാഞ്ഞിട്ടില്ലാത്ത കനവുകളുടെ മറ പറ്റി
ഒച്ച വെക്കാതെ പമ്മിപ്പതുങ്ങി
ചില കൊച്ചുനിഴലുകൾ
കളിക്കാൻ വരുന്നു.

10/07/2022

മഞ്ഞുറക്കം

ഇന്നലെയെന്റെ ചെമ്പൻ കരടി
മഞ്ഞുറക്കത്തിനു പോയി.
കുട്ടിക്കാലത്ത്
ഞാനും പോവുമായിരുന്നു കൂടെ.
മഞ്ഞു പുതച്ച കാട്ടിലവൻ
കനവു പുതച്ചുറങ്ങുമ്പോൾ
ശിശിരം ആകാശത്തോട്ടുമ്മകൾ
കവരുന്നതു നോക്കി
ഞാൻ ഉണർന്നുകിടക്കുമായിരുന്നു.
ഇലയടർന്ന മരച്ചില്ലകൾ
താരാട്ടു പാടിത്തരുമ്പോൾ
മെല്ലെയുറങ്ങുമായിരുന്നു.
മഞ്ഞിൽ പരന്നുകിടക്കുന്ന
എന്റെ മുടിച്ചുരുളുകളിൽ
ചാരനിറക്കാരൻ മുയൽ
ഉറക്കത്തിന്റെ കൂട്ടു കൂട്ടുമായിരുന്നു.
ഇത്തവണ
ഞാനെന്റെ കരടിയെ
തനിച്ചു പറഞ്ഞയച്ചു.
മണ്ണ് മരവിച്ചു മറയുന്ന നേരങ്ങളെ
ഇനിയെനിക്കെങ്ങനെ
ഉറങ്ങിത്തീർക്കാനാവും?
അങ്ങനെ ഞാനെന്റെ ചെമ്പൻ കരടിയെ
കെട്ടിപ്പുണർന്നു യാത്രയാക്കി.
പോയ പുലരികൾ പൊഴിച്ചു

ഇലകൾ തുന്നിയൊരു പുതപ്പും
കൂടെ കൊടുത്തുവിട്ടു.
തണുത്തു വിറങ്ങലിച്ച രാത്രി
ജനൽപ്പാളികളിൽ വന്ന്
വിളറിയ മുഖമുരുമ്മുന്നു.
മെഴുതിരിവെളിച്ചത്തിൽ
ഞാനവൾക്കെന്റെ കവിത പങ്കിടുന്നു.
കാരണം,
ഞാനെന്റെ കരടിക്ക്
വാക്കു കൊടുത്തിരുന്നു;
അവനുണർന്നെണീക്കുന്നത്
വസന്തത്തിലേക്കായിരിക്കുമെന്ന്.

12/07/2022

വിലക്ക്

അറിഞ്ഞില്ലേ?
വാക്കുകൾക്ക് വിലങ്ങു വീണിരിക്കുന്നു.
ആദ്യം തടവിലാക്കപ്പെട്ട വാക്ക്: 'നേര്.'
പക്ഷേ
എങ്ങനെ തടവിലിടും;
വിണ്ടുകീറിയ പാദങ്ങളിൽ
ദൂരങ്ങളുരുകിയൊലിച്ച
റെയിൽപാളങ്ങളെ?
നക്ഷത്രക്കണ്ണുകളിൽ ഇരുട്ടുകയറി
തെരുവിൽ കിടക്കുന്ന പാവക്കുട്ടിയെ?
ഉഴുത മണ്ണിൽ നിന്നു പൊരുതിയുയരുന്ന
തെളിഞ്ഞ പാട്ടിനെ?

15/07/2022

പരിഭാഷകൻ

പരിഭാഷകനായിരുന്ന
ഒരു സൈനികനെപ്പറ്റി കേട്ടിട്ടുണ്ടോ?
അയാൾ തന്റെ തോക്കിനെ
ഒരു കാട്ടുപൂവായി മൊഴിമാറ്റി.
യുദ്ധഭൂമിയിൽ ചിതറിയ കരച്ചിലുകൾ
പെറുക്കിയെടുത്ത്
അയാൾ തന്റെ താളുകളിലൊളിപ്പിച്ചു.
അവയെ
കാണാതെ പോയ നക്ഷത്രങ്ങളായും
പുണരാതെ പോയ വേനൽമഴകളായും
പരിഭാഷപ്പെടുത്തി.
നീലിച്ച രാത്രിയെ
അയാൾ
സ്വപ്നങ്ങളെന്ന് പകർത്തി.
വഴിതെറ്റിയെത്തിയ കാറ്റിനെ
വസന്തത്തിന്റെ നിശ്വാസമെന്നും.
മരിക്കുമ്പോൾ
അയാൾ പുഞ്ചിരിച്ചുവത്രേ.
നെഞ്ചിലൂടൊഴുകിയിറങ്ങിയ രക്തത്തെ
ഒരുകൂട്ടം മിന്നാമിനുങ്ങുകളെന്ന്
പരിഭാഷപ്പെടുത്തുകയായിരുന്നിരിക്കാം.

15/07/2022

ആതിരയ്ക്ക്[1]

കുരുവികൾ ചിറകു കുടയുമ്പോൾ
മഞ്ഞുകണങ്ങൾ പൊഴിയും.
നീ ചിരിക്കുമ്പോൾ
നക്ഷത്രങ്ങളും.
ചുവന്ന ഇലകൾക്കിടയിൽ നിന്ന് നീ
മിഴികൾ പൂട്ടി പാടുന്നത്
കാതോർത്ത് കാതോർത്ത്
സൂര്യൻ
ഒരു തുടുത്ത കിനാവു പോലെ.
നിന്റെ ഈണങ്ങളിൽ, രാഗങ്ങളിൽ
പല ഋതുക്കൾ പടർന്നുകിടക്കുന്നു.
നിന്റെ വാക്കുകളിൽ
പല വെളിച്ചത്തരികളും.
നീയറിയുന്നുണ്ടോ?
നീ ആമ്പൽപ്പൂക്കളിറുക്കുമ്പോൾ
ആകാശം ഓളംവെട്ടുന്നു.

15/07/2022

1 പ്രിയസുഹൃത്താണ് ആതിര.

അന്റെ ബാഷെ

അന്റെ ബാഷേൻച്ചെല്ല്യേങ്ക്
അന്റെ ചങ്ങായിമാറൊക്ക
മെരൊം കേറീറ്റും കാട്ടില് ചുറ്റീറ്റും
നടക്കുമ്പക്ക്
അന്റെ മീത്തെ ബ്യൂണ ബെയ്‌ല്.
റോഡിന്റെലേ ക്കൂടീറ്റ് പോവുമ്പക്ക്
ഞങ്ങളെ മുടി പുട്ച്ചിറ്റ് കൾക്യന്നെ കാറ്റ്.

അന്റെ ബാഷേൻച്ചെല്ല്യേങ്ക്
മയേനോണ്ട് ഞാന്
മണ്ണിലെയ്ന്ന കവിതെ.
കൺക്ക് നോട്ടിന്റുള്ളില് ഞാന്
ഒൾപ്പിച്ചിറ്റ് ബെച്ച പൂവ്.

അന്റെ ബാഷേൻച്ചെല്ല്യേങ്ക്
അന്റെ ഓർമ്മെന്റെല്ലോ ഒല്ലി.
ഐല് തൂന്നീറ്റ്ണ്ട നക്ഷത്രത്തിന്റെല്ലോ
തെൾക്കത്തിന്റെ പേര്.
സ്ക്കുള്ട്ടിറ്റ് ബസ്സില് ബെര്മ്പക്ക്
ജനൽലേ ക്കൂടീറ്റ് ഞാന്
കാണ്ന്ന ആകാശൊ.

എന്റെ ഭാഷ[1]

എന്റെ ഭാഷയെന്നാൽ
എന്റെ കൂട്ടുകാർക്കൊപ്പം
മരം കയറിയും കാട് ചുറ്റിയും
നടക്കുമ്പോൾ
എന്റെമേൽ വീണ വെയിൽ.
റോഡരികിലൂടെ പോവുമ്പോൾ
ഞങ്ങളുടെ മുടി പിടിച്ചു കളിക്കുന്ന കാറ്റ്.

എന്റെ ഭാഷയെന്നാൽ
മഴ കൊണ്ട് ഞാൻ
മണ്ണിലെഴുതുന്ന കവിത.
കണക്കു നോട്ടുബുക്കിൽ ഞാൻ
ഒളിച്ചുവച്ച പൂവ്.

എന്റെ ഭാഷയെന്നാൽ
എന്റെ ഓർമകളുടെ പുതപ്പ്.
അതിൽ തുന്നിയ നക്ഷത്രങ്ങളുടെ
തിളക്കത്തിന്റെ പേര്.

സ്കൂൾ വിട്ട് ബസ്സിൽ വരുമ്പോൾ
ജനലിലൂടെ ഞാൻ
കാണുന്ന ആകാശം.

16/07/2022

---

1 കാസർകോടൻ പ്രാദേശിക ഭാഷയിലെഴുതിയ കവിതയും അതിന് സാധാരണ മലയാളത്തിലെഴുതിയ മൊഴിമാറ്റവുമാണിത്.

മെസ് ക്വെ ഉൻ ക്ലബ്[1]

ഓർമകൾ നിവർത്തിയിട്ട
പച്ചപ്പുൽമൈതാനം.
പടർന്നിറങ്ങുന്ന കവിതകൾ,
വല നിറഞ്ഞു ത്തുവുന്ന ചിരികൾ.
മേലെ
കനവു മേഞ്ഞ ആകാശം.
അവിടെ
പൂത്തിരിയായി
ഹൃദയം.
നൊന്തപ്പോഴും കരഞ്ഞപ്പോഴും
അലിഞ്ഞലിഞ്ഞുട്ടത്തെത്തി
ഒപ്പം പന്തു തട്ടിയ
മേഘങ്ങൾ.
വലയൊന്നുലയുമ്പോൾ
അകം നിറഞ്ഞു നിറഞ്ഞു കത്തിയ
മെഴുതിരികൾ.
മറിച്ചിട്ടും മറക്കാതെ
ആത്മാവിന്റെ പിൻ താളിൽ
കുറിച്ചിട്ട സ്വപ്നങ്ങളുടെ നിശ്വാസം.
മെസ് ക്വെ ഉൻ ക്ലബ്.

16/07/2022

---

1 എഫ്.സി. ബാഴ്സലോണയുടെ മുദ്രാവാചകമാണ് "മെസ് ക്വെ ഉൻ ക്ലബ്". സ്പാനിഷാണ്. ബാഴ്സയെന്നാൽ, കേവലമൊരു ക്ലബ്ബെന്നതിലുമപ്പുറമാണ് എന്നാണിത് സൂചിപ്പിക്കുന്നത്.

കടുകുപാടത്തെ പ്രഭാതം

വെയിലിന്
സ്വപ്നത്തിന്റെ നിറമായിരുന്നു.
നിന്റെ കണ്ണുകൾക്ക്
കവിതയുടെയും.
മഞ്ഞപ്പൂക്കളെ തൊട്ടുതലോടി
ഞാൻ
കാറ്റിനോടു കൈ കോർത്ത്
അങ്ങനെ...
അകലെ
പൂക്കൾക്കപ്പുറത്ത്
നീ നിന്നിരുന്നു.
വസന്തത്തിന്റെ വിരൽസ്പർശമേറ്റ്
നിന്റെ മുടിയിഴകളിളകിക്കളിക്കുന്നത്
ഞാൻ
ഒളികണ്ണിട്ടുനോക്കി.
നീ എന്നെയാണ്
നോക്കുന്നതെന്നോർത്തപ്പോൾ
മൂളിപ്പാട്ടും പാടി
മലനിരകൾക്കുനേരെ തിരിഞ്ഞു.
ഓർമകൾ തളിർത്ത കാടുകൾ മൂടി
നീല വാനിന്റെ ആത്മാവു തൊട്ട്
മലകൾ.
അപ്പോഴും
മഞ്ഞപ്പൂക്കൾക്കപ്പുറത്ത് നിന്ന്
ആകാശമലിഞ്ഞ കണ്ണുകൾ കൊണ്ട്
നീയെന്നെ നോക്കുന്നുണ്ടായിരുന്നു.

16/07/2022

നിന്നെപ്പറ്റി ചില രഹസ്യങ്ങൾ

ആരാണു നീ?
ഒരു ചിത്രകാരൻ.
നീയെന്റെ പുലരികളിലൊക്കെയും
മഴയെ വരച്ചുവെച്ചു.
ഓർമകൾക്ക് ചായം തേച്ചു.
ചായം പുരണ്ട വിരലുകൾ തട്ടി
എന്റെ ആകാശത്ത്
തലങ്ങും വിലങ്ങും
മഴവില്ലുകൾ തിണർത്തുവന്നു.

ആരാണു നീ?
ഒരിടയൻ.
പഴയ കാടുകളുടെ
നഷ്ടസ്വപ്നങ്ങൾ പൂത്ത
പുല്ലാങ്കുഴലുമേന്തി നീ
എന്റെ മലഞ്ചെരിവുകളിൽ
അലഞ്ഞുനടന്നു
മേഘങ്ങളെയും വസന്തങ്ങളെയും
മേയ്ച്ചു.
നിന്റെ വിഷാദമധുരസംഗീതം
ഒഴുകിപ്പരന്നെന്റെ
താഴ്വാരങ്ങൾ കവിഞ്ഞു.

ആരാണു നീ?
ഒരു തോട്ടക്കാരൻ.

നീയെന്റെ വിജനതകളിൽ
മുന്തിരിവള്ളികൾ പടർത്തിവിട്ടു.
വീഞ്ഞു വീണെന്റെ
സായാഹ്നങ്ങൾ തുടുത്തു.
ഓർമകൾ കലർന്നു.
മധുരം പടർന്നു.

ആരാണു നീ?
ഒരു മിന്നൽ.
ഒരു മഴ.
ഒരു കവിത.
ഒരു കനവ്.
കാട്ടുവള്ളിയായി പടർന്ന്
ഹൃദയത്തിലേക്ക് പൂത്തുമറിയുന്ന
ഒരു നോവ്.

16/07/2022

മോണാ ലീസ

നീ ഓർമകളുടെ ചഷകം.
മൂടൽമഞ്ഞിന്റെ തീരം.
പിടിവിട്ടു പറന്ന താളുകളുടെ
കവിതയാറാത്ത ഗന്ധം.

നീ
ദുഃഖം
കാലത്തിനെഴുതിയ കത്ത്.
മറവി
മരണത്തിനു നൽകിയ ചുംബനം.
നക്ഷത്രം
പ്രഭാതത്തെ നോക്കിച്ചിരിച്ച പുഞ്ചിരി.

നീ
മാലാഖയുടെ കണ്ണുനീർ.
വെള്ളിനദിയുടെ നിശ്വാസം.
പോയകാലം തുളുമ്പിവീണ
അലിഞ്ഞുതീരാത്ത രാത്രി.

നീ
ഋതുക്കളോട്
ആകാശം പറഞ്ഞ രഹസ്യം.
വേരുകൾക്കായി
മഞ്ഞ് മൂളിയ പാട്ട്.
മൗനത്തിന്
വയലിനിനോടു തോന്നിയ പ്രണയം.

17/07/2022

വസന്തം എന്ന പെൺകുട്ടി

പണ്ടൊരു യുദ്ധകാലത്ത്
കണ്ണുകളിൽ
വയലറ്റു പൂക്കളും
ഹൃദയത്തിൽ
സൂര്യകാന്തിവിത്തുകളുമുള്ള
ഒരു പെൺകുട്ടിയുണ്ടായിരുന്നു.
അവൾ
വസന്തം എന്ന് വിളിക്കപ്പെട്ടു.
വസന്തം
തെരുവിൽ പൂക്കൾ വിറ്റു.
പോരിനു പുറപ്പെടുന്ന സൈനികർ
തോക്കിനടിയിൽ
ഒരു തുണ്ട് ജീവിതമായി
അവളുടെ പനിനീർപ്പൂക്കൾ
ഒപ്പം കൊണ്ടുപോകുമായിരുന്നു.
അവരെക്കാത്തിരിക്കുന്നവരുടെ
ആത്മാവിലെ മഞ്ഞുരുക്കാൻ
അവളുടെ സൂര്യകാന്തികൾ
പ്രകാശിക്കുമായിരുന്നു.
ഒച്ചയടക്കി തേങ്ങുന്ന വീടുകളിൽ നിന്ന്
ഒന്നുമറിയാച്ചിരിയുമായെത്തുന്ന
കാലിൽ ചെരിപ്പില്ലാത്ത കുട്ടികൾക്ക്
പുലരിയുടെ കണ്ണുനീരിൽ കുതിർന്ന
കൊച്ചു ലില്ലികൾ
അവൾ വെറുതെ കൊടുക്കുമായിരുന്നു.

ശിശിരത്തിൽ മരിച്ച സൈനികന്റെ
കനൽക്കണ്ണുകളുള്ള പ്രണയിനിക്കായി
മരിച്ചവരുടെ പൂന്തോട്ടങ്ങളിൽ നിന്നുള്ള
കടുംനിറ കാട്ടുപൂക്കൾ
അവൾ കരുതിവെക്കുമായിരുന്നു.
പൂവിതളുകളിൽ പകലുകളും
നെടുവീർപ്പുകളിൽ രാത്രികളും
തങ്ങിനിന്നു.
വസന്തം തനിയെ
പൂക്കളിറുത്തു നടന്നു.
കാലത്തിന്റെ മുറിവുകളിലും
വിഷാദത്തിന്റെ പൊട്ടലുകളിലും
അവൾ
പൂക്കൾ കൊണ്ടു തഴുകി.
അലമുറയിടുന്ന ഓർമകൾ
അവളെത്തേടിയെത്തി.
മണ്ണിനടിയിലായ പൂക്കാലങ്ങൾ
അവളെ വിളിച്ചു കരഞ്ഞു.
നഷ്ടങ്ങളുടെ തീരത്ത്
പൂക്കൾ പൊഴിച്ചു പൊഴിച്ച്
ഒടുവിലൊരു മൂടൽമഞ്ഞിൽ
വസന്തത്തെ കാണാതായി.
ആകാശം
എവിടെയോ പതുങ്ങിയിരുന്നു.
കാത്തിരിപ്പുകളും
നനുത്ത ഓർമകളും
മരിച്ചുകഴിഞ്ഞിരുന്നു.
പാതയോരത്ത്
ഒരു കൊച്ചുപൂവു മാത്രം
നാളത്തെ വേനൽമഴയെ
കിനാവു കണ്ടു കിടന്നു.

21/07/2022

കൊലപാതകിയുടെ പ്രണയിനി[1]

എപ്പോഴെങ്കിലും
ഒരു കൊലപാതകിയുമായി
പ്രണയത്തിലായിട്ടുണ്ടോ?
ഒരു മിന്നൽപ്പിണരിനെ
കെട്ടിപ്പുണരുന്നതു പോലെയാണത്.
ഒരു കാട്ടുവള്ളിച്ചെടിയുടെ വേരുകളിൽ
ഓർക്കാപ്പുറത്തൊരു വസന്തത്തെ
കണ്ടുമുട്ടുന്നതു പോലെ.
അല്ലെങ്കിൽ
രാത്രിയുടെ നീലിച്ച ഹൃദയത്തിലൂടെ
തനിയെ നടന്നുപോകുമ്പോൾ
നിറമൊലിച്ച ഒരു മഴവില്ല്
പെട്ടെന്ന്
കൈയിൽ പിടിക്കുന്നതു പോലെ.

മഴ കൊണ്ട് തൊട്ടുനോക്കിയാൽ
അവന്റെ ആത്മാവ്
മുറിവു വിങ്ങി

---

1 ഫ്യോദർ ദസ്തയെവ്സ്കിയുടെ "കാരമസോവ് സഹോദരൻമാർ", "കുറ്റവും ശിക്ഷയും" എന്നീ രണ്ട് പുസ്തകങ്ങളുടെ വായനാനുഭവങ്ങളിൽ നിന്നുമുണ്ടായ കവിതയാണിത്. കൊലപാതകിയായ റോഡിയ റസ്കോൾനിക്കോവിന് പാവപ്പെട്ട തെരുവുവേശ്യയ സോന്യ ബൈബിൾ വായിച്ചുകൊടുക്കുന്ന രംഗം "കുറ്റവും ശിക്ഷയും" പുസ്തകത്തിലുണ്ട്. കരയുമ്പോൾ കൊലപാതകിയായ സ്മെർഡിയാക്കൊവ് ഒരു നീലത്തൂവാല കൊണ്ട് മുഖം തുടയ്ക്കുന്ന രംഗം "കാരമസോവ് സഹോദരൻമാർ" പുസ്തകത്തിലും.

ഞരങ്ങുന്നതറിയാം.
അവനു വേണ്ടി എഴുതുന്ന
കവിതകളൊന്നും
അവനു കാണിച്ചുകൊടുക്കരുത്.
വരികളെ കഴുത്തിലിട്ടു മുറുക്കി
അവൻ
ജീവിതം വിട്ടു നടന്നകന്നേക്കാം.

മെഴുതിരിവെളിച്ചത്തിൽ
അവനു വേണ്ടി
ബൈബിൾ വായിക്കുമ്പോൾ
ജനാല തുറന്നിട്ടിരിക്കണം.
വെളിച്ചം
നനഞ്ഞ ചിറകു നീർത്തുന്ന
കണ്ണുകൾ താഴ്ത്തി
അവൻ കരയുമ്പോൾ
തുവാലയായി
ആകാശത്തെ വേണം
എടുത്തുകൊടുക്കാൻ.
അന്നേരം
ഒന്നോ രണ്ടോ നക്ഷത്രങ്ങൾ
അവന്റെ കവിളുകളിൽ
പറ്റിപ്പിടിച്ചേക്കാം.

23/07/2022

കാഫ്കയുടെ കുതിര[1]

കാറ്റിന്റെ മുഖം.
ഓർമയുടെ നിറം.
ആത്മാവിലെ മൂടൽമഞ്ഞിനെ
നേർങ്ങനെ വിറപ്പിക്കുന്ന
ക്രമം തെറ്റിയ കുളമ്പടികൾ.
ഭൂമിയുടെ മണം.
വെളിച്ചത്തിന്റെ രൂപം.
കുതിരപ്പുറത്തിരിക്കുന്നവന്
സ്വപ്നത്തിൽ കണ്ടു മറന്ന നോട്ടം.

24/07/2022

1 ഫ്രാൻസ് കാഫ്ക ഒരു ചിത്രകാരൻ കൂടിയായിരുന്നു. ഒരു കുതിരയെയും സവാരിക്കാരനെയും ചിത്രീകരിക്കുന്ന കാഫ്കയുടെ രേഖാചിത്രത്തോടുള്ള ഭ്രാന്തമായ ഇഷ്ടത്തിൽ നിന്നുമാണ് ഈ കവിതയുണ്ടായത്.

സ്വപ്നം

ഇന്നലെ രാത്രി
നീ കണ്ട സ്വപ്നമോർമയില്ലേ?
നീലിച്ച അതിർത്തിയിൽ
തട്ടിത്തടഞ്ഞുവീണ്
ഞാനവിടേക്ക് വഴിതെറ്റിയെത്തി.
നിന്റെ സ്വപ്നത്തിൽ നിറയെ
ഹേമന്തത്തിന്റെ കവിതകളായിരുന്നു.
കത്തുന്ന ഇലകൾ
എനിക്കുമേൽ പൊഴിഞ്ഞുവീണു.
ഇലകൾ മൂടിയ പാതയിൽ
നിന്റെ കാൽപ്പാടുകൾ
ഞാൻ കരഞ്ഞുതീർത്ത
ഏതോ ഓർമ പോലെ.
നിന്റെ കുട്ടിക്കാലം
വെയിൽ പടർത്തിയ
നീലത്തടാകം ഞാൻ കണ്ടു.
തെളിഞ്ഞ ജലപ്പരപ്പിലെ
മിന്നുന്ന ഇലകൾക്ക്
എന്റെ വൈകുന്നേരങ്ങളുടെ നിറം!
അങ്ങു നിന്നും
നീ നടന്നു വരുന്നു.
ഒറ്റക്കുതിപ്പിന്
ഞാൻ തിരിഞ്ഞോടി.
രാവിലെ ഉണർന്നപ്പോൾ
എന്റെ മുടിച്ചുരുളുകളിൽ

ഒന്നു രണ്ടിലകൾ.
ഇന്നു രാത്രിയും
ഞാനൊന്നു നിന്റെ
സ്വപ്നത്തിലേക്കു വന്നേക്കും.
ഒന്നും തോന്നരുത്.
ഇന്നലെ ഓടുമ്പോൾ
ഇലകൾക്കിടയിൽ വീണുപോയ
എന്റെ ആകാശത്തെ തിരയാനാണ്.

24/07/2022

മെയ്ക്ക് എ സീൻ

ക്ലാസിലിരുന്ന് മട്ടത്തപ്പൊ
പൊറത്തേക്ക് നോക്കി
ഞാൻ വെറുതെ
ആകാശത്തോട് പറഞ്ഞു:
'മെയ്ക്ക് എ സീൻ.'
കേട്ടപ്പൊത്തന്നെ ആകാശം
ഓടിപ്പാഞ്ഞിറങ്ങി വന്ന്
ജനലിലൂടെ ഞെങ്ങിഞെരുങ്ങി
ഉള്ളിൽ കടന്ന്
ഒന്ന് വട്ടം ചുറ്റിക്കാണിച്ചു.
എല്ലാരുടേം പുസ്തകങ്ങളിലേക്ക്
മേഘങ്ങൾ ചിതറിവീണു.
ബ്ലാക്ക് ബോർഡിൽ ചിരിച്ചു നിൽക്കുന്ന
സൂര്യനെ കണ്ട്
ടീച്ചർ ഞെട്ടി
പിന്നോക്കം ചാടി.
അന്തം വിട്ടു നിൽക്കുന്ന എന്നോട്
ആകാശം തിരിച്ചു പറഞ്ഞു:
'മെയ്ക്ക് എ സീൻ.'
ഡെസ്കിനടിയിൽ ഒളിച്ചുവച്ചിരുന്ന
എന്റെ കവിതകളെല്ലാം
ആദ്യത്തെ ആവേശത്തിൽ വാരിക്കൂട്ടി
ഇനിയെന്ത് ചെയ്യണമെന്ന്
ഒരു നിമിഷം സംശയിച്ച്
ഞാൻ
സൂര്യനെ നോക്കി
മിഴിച്ചു നിന്നു.

01/08/2022

ചാപ്ലിൻ വന്നപ്പൊ[1]

ഇന്നലെ ഉച്ചയ്ക്ക്
ഞങ്ങടെ ക്ലാസിലേക്ക്
ചാർലി ചാപ്ലിൻ കയറിവന്നു.
മഴയത്ത്
നെറഞ്ഞു ചിരിച്ചോണ്ട്
യൂപ്പി പിള്ളേർ
കഞ്ഞിപ്പൊരേന്ന് പോന്നതും നോക്കി
ച്വമ്മാ
വെശന്നിരിക്കവാരുന്നു ഞങ്ങൾ.
കറുത്ത തൊപ്പീം കീറിയ കോട്ടും
ഓർമ പോലെ നീണ്ട
ഊന്നുവടീം
നല്ല പരിചയം ണ്ടാരുന്നെങ്കിലും
ഞങ്ങള് ഞെട്ടി.
ഞങ്ങടെ ഞെട്ടല് കണ്ട്
കണ്ണ് മിഴിച്ച്
എല്ലാരേം മാറിമാറി നോക്കിക്കോണ്ട്
ചാപ്ലിൻ വാതിക്കൽ
മടിച്ചു നിന്നു.
പിന്നെ രണ്ടും കൽപ്പിച്ച്
മുടീന്നും കോട്ടീന്നും
മഴയൊലിപ്പിച്ചോണ്ട്
അകത്തോട്ട് കയറി.

---

1 എട്ടാം ക്ലാസ് വരെയുള്ള കുട്ടികൾക്കാണ് സ്കൂളുകളിൽ ഉച്ചഭക്ഷണം നൽകുന്നത്. പത്താം ക്ലാസിന്റെ ഭീമമായ പഠനഭാരത്തിനുമീതെ കത്തുന്ന വിശപ്പ്, ഞങ്ങളുടെയെല്ലാവരുടെയും ഒരു കടുത്ത പ്രശ്നമാണ്.

കാല് മാറിയിട്ട ഷൂസും കൊണ്ടുള്ള
ആ നടത്തം കണ്ടതും
ഞങ്ങക്ക് ചിരി പൊട്ടി.
ക്ലാസിന്റെ മുന്നില് വന്ന് നിന്ന്
ചാപ്ലിൻ തൊപ്പി പൊക്കി
എല്ലാരേം അഭിവാദ്യം ചെയ്തു.
അന്നേരം സിദയ്ക്ക്
ആ ഊന്നുവടീലൊന്ന് തൊടണം.
ചാപ്ലിൻ
ഗൗരവത്തിൽ നീട്ടിക്കൊടുത്തു.
സിദ കൈയിലെടുത്ത്
ചുഴറ്റി നോക്കി.
അപ്പൊ എല്ലാർക്കും
കൗതുകം.
സിദേടടത്ത്ന്ന് നജാദിന്റടുത്തേക്കും
നജാദിന്റടുത്ത്ന്ന് എന്റടുത്തേക്കും
എന്റടുത്ത്ന്ന് അശ്വതീടടുത്തേക്കും
ഊന്നുവടി ചെറകാർന്ന് പാറി.
പിന്നെ എല്ലാർക്കും
തൊപ്പി വേണം.
അതും
ചാപ്ലിൻ എടുത്ത് തന്നു.
തൊട്ടവർ തൊട്ടവർ
ചിരിച്ചു മറിഞ്ഞു.
തൊപ്പി വെച്ച് ഡാൻസും
ഊന്നുവടി പിടിച്ച് ചാട്ടോം തൊടങ്ങി.
ചാപ്ലിനും കൂടെ കൂടി.
ക്ലാസ്റൂമൊന്നാകെ
തലകീഴായി മറിഞ്ഞു.
ചിരിച്ചും കളിച്ചും
ചാപ്ലിനും ഞങ്ങളും ഒന്നായി.
ഞങ്ങളെല്ലാം മറന്നു.
പെട്ടെന്ന് നോക്കുമ്പൊ
ചാപ്ലിനെ കാണുന്നില്ല.
എല്ലാരും കളി നിർത്തി.

അതാ
ഏറ്റോം പൊറകിലെ
ബെഞ്ചില് വെച്ചിര്ന്ന
ഞങ്ങടെ ബാഗുകളില്
തപ്പിത്തെരയുന്ന ചാപ്ലിൻ.
എല്ലാരും മിണ്ടാതായി.
ചാപ്ലിൻ മുഖമുയർത്തി നോക്കി.
എല്ലാരേം മാറിമാറി നോക്കി.
പിന്നെ നിവർന്ന് നിന്നു.
ആകപ്പാടെ വെറച്ചു.
തെല്ലൊരു കുറ്റബോധത്തിൽ
മുഖം താഴ്ത്തി
വയറിൽ കൈ വെച്ച് കാണിച്ചു.
പിന്നെ വീണ്ടും
ഞങ്ങളെ നോക്കി.
അതിന് ആരുടെ അടുത്തുണ്ടാവാനാ
ടിഫിൻ!
ഞങ്ങളെല്ലാരും ചിരിച്ചു.
ചിരിച്ചോണ്ട് കരഞ്ഞു.
ചാപ്ലിനും കരഞ്ഞു.
ടീച്ചറ് കയറിവന്നപ്പൊ
ക്ലാസിലാരുമില്ല.
ആകെ അമ്പരന്ന്
പൊറത്തെറങ്ങി നോക്കുമ്പോ
ചാർലി ചാപ്ലിനെ പോലൊരാൾ
നടന്ന് നടന്ന് പോകുന്നു.
പിന്നാലെ കുട്ടികളും.
ദൂരെ ദൂരെ...
മഴയിലൂടെ.

06/08/2022

നടത്തം

ആകാശത്തെപ്പോലെ ഞാൻ
ഒറ്റയ്ക്കായിരിക്കുന്നു.
ഈ നക്ഷത്രങ്ങൾ, മേഘങ്ങൾ
എന്റെ ഹൃദയത്തെ നീലിച്ചതാക്കുന്നു.
രാവൊലിക്കുന്ന മുറിവിൻമേൽ
തണുത്ത കാടിനെ വച്ചുകെട്ടി
ഞാൻ അങ്ങനെ നടക്കുന്നു.
എന്റെ ആത്മാവൊരു വയലിൻ.
നിലാവതിൽ വിഷാദം വായിക്കുന്നു.
ഇലത്തുമ്പുകളിലത്രയും
ഓർമകൾ ഇറ്റി നിൽക്കുന്നു.
ഭൂമി മെല്ലെ ഈറൻ മുടിയഴിച്ച്
രാത്രിയിലേക്ക് പടർന്നിറങ്ങുന്നു.
എന്റെ അസ്ഥികൾക്കുള്ളിൽ
ഒരു മഴക്കാലം വിങ്ങി വേദനിക്കുന്നു.
നനഞ്ഞ പൂവിതളുകൾ
അറിയാതെ ഊർന്നുവീഴുന്നു.
ഞാൻ
ഒറ്റയ്ക്കു തന്നെ നടന്നുകൊള്ളാം.
എന്റെ നിഴലിന്റെ കൈകളിൽ നിന്നും
മിന്നാമിനുങ്ങുകൾ പറന്നുപൊങ്ങുന്നു.

07/08/2022

അന്തിയടപ്പൻ[1]

അതാ
അന്തിയടപ്പൻ വരുന്നു.
മരിച്ച പെണ്ണ്
വേച്ച വേച്ച പായുന്നു.
ഇനിയും നനയാൻ വയ്യ.
അവളുടെ മുറിപ്പാടുകളിൽ
ഉയിരൊന്നാകെ
ചോന്ന്
കട്ടപിടിച്ചിരിക്കുന്നു.
അവളുടെ കൈനഖങ്ങൾക്കടിയിൽ
പറ്റിപ്പിടിച്ച രാത്രികളിൽ നിന്ന്
തെരുവിന്റെ
നാറിയ നിശ്വാസം
പൊങ്ങുന്നു.
ഓർമയുടെ വേരുകളിൽ തടഞ്ഞ്
അവൾ കമിഴ്ന്നടിച്ച വീഴുന്നു.
അവൾ കരയുന്നു.
കരച്ചിലിൽ
അവളുടെ ചതഞ്ഞമർന്ന ആത്മാവ്
അപ്പാടെ പറിഞ്ഞു തൂങ്ങി
കറുത്ത ചോര കിനിയുന്നു.
നൊന്തു നൊന്തെണീറ്റ്
മരിച്ച പെണ്ണ് പിന്നെയും പായുന്നു.
അതാ
അന്തിയടപ്പൻ വരുന്നു.

08/08/2022

---

1 "അന്തിയടപ്പൻ" എന്നാൽ അന്തിക്കെത്തുന്ന കനത്ത മഴ.

ഗ്ലൗക്കസ്[1]

കടലെടുത്ത ചിത്രകാരനെപ്പറ്റി
കേട്ടിട്ടുണ്ടോ?
അയാളുടെ കൈവിരലുകളിൽ പുരണ്ട്
മഞ്ഞുകാല മേഘങ്ങളും
പട്ടണത്തിന്റെ അതിരിലെ കാടും
ആഴങ്ങളിലേക്കിറങ്ങിപ്പോയി.

അടിത്തട്ടിൽ നിന്നും
ഉയിരിൽ കിനാവു ചുറ്റി
യാത്ര പുറപ്പെടുന്ന തിരകൾക്ക്
അയാൾ
വിഷാദം കൊണ്ട് ചായം തേച്ചു.

എല്ലാ മീനുകളും
അയാളെ പ്രണയിച്ചു.
അയാളുടെ നിറങ്ങൾ കുടിച്ച്
പൂത്തുപടർന്നു മരിച്ചു.

നിലാവു നിറഞ്ഞ ആകാശം
കടലിനെ തൊടുമ്പോൾ
ഏതോ മത്സ്യകന്യക പാടി.
പാട്ടിനയാൾ
ഹൃദയത്തിന്റെ നിറം പുരട്ടി.
വിറച്ചും മരിച്ചും മരവിച്ചും
ഭൂമിയൊന്നാകെ

---

1 കടലിന്റെ നിറമാണ് ഗ്ലൗക്കസ്.

കടലിലേക്കു ചുരുങ്ങി.
അയാൾ ചായവുമേന്തി
നീന്തി നടന്നു.
നിഴലുകൾക്കു പോലും
എന്തൊരു ഗ്ലൗക്കസ്!

09/08/2022

മഴയ്ക്കെന്റെ ഒടുവിലത്തെ കവിത

നിന്നെക്കുറിച്ചെഴുതിയെഴുതി
എന്റെ അക്ഷരങ്ങളൊക്കെയും
നനഞ്ഞുപോയിരിക്കുന്നു.
എന്റെ ആകാശമിപ്പോൾ
വെയിൽ ഉതിരുന്നുണ്ട്.

നീയെന്നെ പ്രണയിക്കാതിരുന്നെങ്കിൽ
നിന്നെ പിരിഞ്ഞതിലെനിക്കിത്രയ്ക്ക്
വേദനയുണ്ടാവില്ലായിരുന്നു.
വേദനയ്ക്ക് മധുരമാണ്.
കാരണം,
വിഷാദം തളിർത്ത ഇതളുകളിൽ
ഞാൻ നിന്നെ കിനാവു കണ്ടിരുന്നു.

ഞാൻ പുഞ്ചിരിക്കുന്നു.

ഇനി പെയ്യാൻ തോന്നുമ്പോൾ
നീയെന്നെ ഓർക്കും.

ഞാനീ മണ്ണിൽ
സൂര്യകാന്തിവിത്തുകൾ പാകുകയാണ്.
ഒന്നോ രണ്ടോ പൂക്കൾ ചിലപ്പോൾ
നിന്റെ മണവുമായി വിരിഞ്ഞേക്കാം.
എങ്കിലും

ഞാൻ വെളിച്ചം കൊണ്ടു തന്നെ
പാട്ടുകളെഴുതിക്കൊണ്ടിരിക്കും.

രാത്രിയുടെ പിന്നാമ്പുറത്തുകൂടെ
ഒഴുകുന്ന നദി
പമ്മിപ്പതുങ്ങിയെത്തി
എന്റെ തോളത്ത് തൊടുന്നു.
പുലരുമ്പോഴേക്കും
അതിലെന്റെ കണ്ണുനീർ
ആമ്പലുകളായങ്ങനെ...

നിനക്കു പേര് വിഷാദമെന്നാണ്.
എനിക്കു പേര് പിയാനോ എന്നും.
അതോ...
ഞാനൊരു വയലിനാണോ?

കുട്ടിക്കാലം കൊണ്ട് ചുമ്മാ കുറിച്ച
കവിത പോലെ
ഞാൻ നിന്നെ വിട്ടുകളഞ്ഞു.
ഓർമ പൂത്ത
താഴ്വരക്കാറ്റു പോലെ
നീ എന്നെയും.
നമുക്ക് ആഹ്ലാദിക്കാം.
ഞാനെന്റെ
കനവു ചാലിച്ച വീഞ്ഞു കുടിക്കാം.
നീ
നിനക്കിഷ്ടമുള്ളിടത്ത് പെയ്തു പടര്.

ഇതാ
എന്റെ ഉള്ളംകൈയിൽ
ഒരു പിടി നനുത്ത കാടുകൾ.

09/08/2022

പാതിരാക്കുർബാന

ക്രിസ്മസിന്
മഞ്ഞ് പൂത്ത അതിരിലെ പള്ളീല്
പാതിരാക്കുർബാനയ്ക്ക് പോയ
പെൺകൊച്ചിനെ കാണാതായി.
മേഘങ്ങളീന്ന് ചുമ്മാ
നക്ഷത്രം നുള്ളിക്കോണ്ടിരുന്ന
മാലാഖമാര്
ഒരു വട്ടം നോക്കീട്ട്
ഒന്നൂടെ നോക്കുമ്പം
കൊച്ചെവിടെ?
കാറ്റ് ശരിക്കും പേടിച്ച്.
ഗായകസംഘത്തിന്റെ
ഓരോ വരീലും
കുന്തിരിക്കപ്പുകേടെ
ഓരോ ചുരുളിലും
മെഴുതിരികൾ
അങ്ങോട്ടുമിങ്ങോട്ടും മന്ത്രിക്കുന്ന
ഓരോ കുഞ്ഞോച്ചയിലും
പള്ളീലിരുന്നൊറങ്ങുന്ന കുഞ്ഞിപ്പിള്ളേര്
മങ്ങിമയങ്ങിക്കാണുന്ന
ഓരോ സ്വപ്നത്തിലും
തപ്പി നോക്കി.
പെൺകൊച്ചിനെ കാണാനില്ല.
ക്രിസ്മസ് മരത്തിന്റവിടെ
വെളിച്ചത്തിന്റേം നിഴലിന്റേമെടേല്

കേറിപ്പമ്മീട്ടില്ലല്ലോ?
മഞ്ഞിന്റെ നനുനനുത്ത മണത്തില്
തെന്നലായി മാറീട്ടില്ലല്ലോ?
പള്ളിവാതിക്കല് മാനം നോക്കി നിക്കുന്ന
പൂത്തിരിക്കുഞ്ഞേ
അവളാ വഴിയൊന്നും
പോന്നത് കണ്ടില്ലല്ലോ?
പാതിരാക്കുർബാന
അങ്ങനെ തൊടർന്നോണ്ടിരുന്ന്.
രാത്രീടെ അറ്റത്തെവിടെയോ
നിലാവുറഞ്ഞ മഷിയടർന്ന്.
പള്ളിമുറ്റത്തെ പുൽക്കൂട്ടില്
ഉണ്ണീശോ മാത്രം
കണ്ണ് ചിമ്മിച്ചിരിച്ച്.

11/08/2022

ബോൺ ആപ്പെറ്റീറ്റ്[1]

റഹ്മത്ത്[2]

തെരുവിൽ വീഴുന്ന
വെയിലിന്റെ ചിരി പോലെ
ഇളംചൂടുള്ള കുഞ്ഞിക്കനവുകൾക്കും
ഹൃദയത്തിലിരുന്ന് നീലത്തുവലിളക്കുന്ന
മഞ്ഞിന്റെ നനവുള്ള
നേർത്ത വിചാരങ്ങൾക്കും
ജനലുകളിലൂടെ എത്തിനോക്കി
പ്രഭാതം നടന്നു വരുമ്പോൾ
വേനൽ പുരണ്ട ഓർമകൾക്കും
പേര് പെപ്പർ ചിക്കൻ.

റോയൽ ബെയ്ക്കേഴ്സ്[3]

കായലിന്റെ ആത്മാവ്
ഇലകളിൽ തങ്ങി നിന്നു.
വിഷാദം മണക്കുന്ന
പാതയോരം പൂത്തപ്പോൾ
ഇലകളും ഇന്നലെകളും
തിരിച്ചറിയാതായി.
റാന്തലേന്തിയ കായൽക്കാറ്റ്
ഉള്ളിൽ ചുറ്റിനടക്കുമ്പോൾ
എങ്ങനെ ഓർമിക്കാതിരിക്കും?

---

1 “ബോൺ ആപ്പെറ്റീറ്റ്” എന്നത്, ഭക്ഷണത്തിന്റെ രുചിയെയും അതിനോടുള്ള ഇഷ്ടത്തെയും സൂചിപ്പിക്കുന്നു.

2 കോഴിക്കോടുള്ള ഒരു റെസ്റ്റോറന്റാണ് റഹ്മത്ത്.

3 കൊച്ചിയിലുള്ള ഒരു റെസ്റ്റോറന്റാണ് റോയൽ ബെയ്ക്കേഴ്സ്.

വില്ലിങ്ഡൺ[1]

ആരാണ് പിയാനോ വായിക്കുന്നത്?
കാറ്റോ കടലോ?
നീയോ ഞാനോ?
സമോവറിനെച്ചുറ്റിച്ചുറ്റി
പഴയ നാടോടിക്കഥകൾ
മഞ്ഞുകാലങ്ങൾ ചിതറി
തെന്നിപ്പറന്നു നടക്കുന്നു.
മെഴുതിരികളിങ്ങനെ
കത്തുന്നതെവിടെയാണ്?
തീൻമേശപ്പുറത്തോ
തിളങ്ങുന്ന ചിരികൾക്കപ്പുറത്തോ?
ചുമരിലെ പെയിന്റിംഗിലൊരു പാരിസ്
ചായം തൂവി നിൽക്കുമ്പോൾ
ഒരു ചുവന്ന കുടയും ചൂടി
ഞാനിറങ്ങിച്ചെല്ലുന്നു.

നളന്ദ[2]

കണ്ണാടിയിലൊരു
വസന്തകാലം പ്രതിഫലിക്കുന്നു.
സുവർണവിളക്കുകൾക്കു ചുവട്ടിൽ
പുലരിയും രാത്രിയും
അന്യോന്യമലിഞ്ഞു ചേരുന്നു.
വഴി തെറ്റിയ നോട്ടങ്ങൾ
വേരുകളിലും നക്ഷത്രങ്ങളിലും
ചെന്നു കുരുങ്ങുന്നു.
ജനലിലൂടൊന്ന് പുറത്തേക്കു നോക്കൂ...
ഓർമയിൽ നിന്നും
അറിയാതെ തുളുമ്പിയ
വെളിച്ചം കാണാം.

12/08/2022

---

1 കൊച്ചിയിലുള്ള ഒരു റെസ്റ്റോറന്റാണ് വില്ലിങ്ഡൺ.
2 പാലക്കാടുള്ള ഒരു റെസ്റ്റോറന്റാണ് നളന്ദ.

സിയാ[1]...

പ്രിയപ്പെട്ട സിയാ...
പ്രിമഞ്ഞുകാലത്തിന്റെ
ഹൃദയരക്തം ചിതറി
ഇപ്പോഴും നീ തുടുക്കാറുണ്ടോ?
മരണത്തിനും മഴവില്ലിനുമിടയിൽ വച്ച്
ഞാനുമ്മ വച്ചിരുന്ന
നിന്റെ കവിളുകളിൽ
പോയ കാലത്തിന്റെ
ഉപ്പുറഞ്ഞു പിടിച്ചിട്ടുണ്ടോ?
നിലാവ്
മഞ്ഞിൽ മുഖം താഴ്ത്തി തേങ്ങുന്ന
രാത്രികളിൽ
നീയെന്നെ ഓർക്കാറുണ്ടോ?

സിയാ നിനക്കോർമയുണ്ടോ
എന്റെ ബൂട്ടുകൾ പതിഞ്ഞിടത്തൊക്കെ
മഞ്ഞ്
ആകാശം പോലായത്?
വസന്തത്തെ കൈയിൽ പിടിച്ച്
ഞാൻ നിന്നെ
കാണാൻ വന്നത്?
നെഞ്ചിലെ വെടിയുണ്ട
മിന്നൽപ്പിണരുകൾ പടർത്തിയ

---

1 ഭൂമിയിലെ ഏറ്റവും ഉയരത്തിലുള്ളതും ഏറ്റവും തണുപ്പുള്ളതുമായ യുദ്ധക്കളമായ സിയാച്ചിൻ കൊടുമുടിയിൽ വിരിയുന്ന പനിനീർപ്പൂവാണ് സിയ.

ദുഃസ്വപ്നത്തിന്റെ വേലിക്കൽ നിന്ന്
ഒന്നാകെ പൂത്തുമറിഞ്ഞ്
നീ നിന്റെ മണം കൊണ്ട്
എന്റെ മുറിവുകളിലൂടെ
തേനൊലിപ്പിച്ചത്?

പ്രിയപ്പെട്ട സിയാ നീയറിയുന്നുണ്ടോ
നിന്നെത്തഴുകുകയും
നിനക്കായി രാത്രിപ്പുറത്ത്
കവിത കുറിക്കുകയും ചെയ്ത
ഈ കൈകൾ
അസ്ഥികളായി മരവിക്കുന്നത്?
ഭൂമിയെ മതി വന്നിട്ടില്ലാത്ത
ഈ ഉയിര്
കട്ടപിടിച്ച രക്തമായി
കൺകുഴികളിൽ നീറുന്നത്?
ഇനിയും പൊടിഞ്ഞുതീർന്നിട്ടില്ലാത്ത
ഈ ഹൃദയം
നിന്റെ ഇതളുകളെ
വരച്ചുകൊണ്ടേയിരിക്കുന്നത്?

സിയാ നീ
ഒന്നിങ്ങോട്ടു നോക്കുമോ?
എന്നെക്കണ്ട്
ഇനിയുമൊന്നുകൂടി ചോക്കുമോ?
കിനാവുകൾ നിറഞ്ഞു വിങ്ങുന്ന
ഈ തലയോട്ടിയുടെ പിളർപ്പിൽ
ചുറ്റിപ്പടർന്നൊന്ന് പൂക്കുമോ?

14/08/2022

ഭ്രാന്താശുപത്രിയുടെ ജനാല

മനസ്സിനെ ചവിട്ടിയരച്ച ഭൂതകാലത്തിന്റെ
ജ്വരത്തിളക്കമാർന്ന കഠാരമുന കൊണ്ട്
വെളുത്ത തിരശ്ശീല കുത്തിക്കീറി.
ചില്ലിൽ പറ്റിയിരിക്കുന്ന മഴയെ തൊടാൻ
ആത്മാവ് കൈ നീട്ടി.
വിരലുകളിൽ
ചോരപ്പൊടിപ്പ്.
നടന്നുപോന്ന തെരുവുരാത്രികൾ
ഉള്ളിൽ കിടന്ന്
അരണ്ട വെട്ടം പൊലിപ്പിച്ചു.
ഓർമകളെപ്പോലെ ആകാശം
കോച്ചി വലിഞ്ഞ്
നുരയും പതയുമൊലിപ്പിച്ചു.
ചില്ലിലൂടെ
മുടിയിഴകൾ ഇഴഞ്ഞുകയറി, ഇറങ്ങി.
പിന്നെയും പിന്നെയും
വെളിച്ചത്തിൽ ഇരുട്ട് ചുവയ്ക്കുന്നു.
ഈ ചില്ല് തല്ലിത്തകർത്ത്
ഞാൻ ഓടിപ്പോകും.

15/08/2022

ഉയിർപ്പ്

സെമിത്തേരി വക്കത്ത് താമസിച്ചിരുന്ന
ഒരു പെൺകുട്ടിയുണ്ടായിരുന്ന്.
കാറ്റ് വന്നു വിളിക്കുമ്പം
അവൾ ഇടയ്ക്കൊക്കെ
സെമിത്തേരിയിലിറങ്ങി
നടക്കുമായിരുന്ന്.
വെള്ളിച്ചില്ലകളിൽ തണുത്ത ഇലകളുള്ള
മരത്തിന്റെ ചോട്ടിലെ
കല്ലറ
അവളൊരു വൈകുന്നേരമാണ്
കണ്ടത്.
അതിൻമേൽ
ആകാശത്തിന്റെ നിശ്വാസങ്ങൾ
ഇലകളോട്ട കലർന്ന്
പൊഴിഞ്ഞു കിടന്നിരുന്ന്.
ചുറ്റിനും
കാട്ടു റോസകൾ പടർന്നു
ഭ്രാന്തെടുത്തു പൂത്തിരുന്ന്.
പെൺകുട്ടി
ഒരുൾക്കിടിലത്തോടെ കുനിഞ്ഞ്.
കല്ലറമേലെ പേര്
തേഞ്ഞുമാഞ്ഞു പോയിരുന്ന്.
അവൾ
പതുക്കെ തൊട്ട്.
വിറച്ച്.
തിരിഞ്ഞോടി.

പിറ്റേന്നവൾ മടിച്ച മടിച്ച്
അതേ കല്ലറയ്ക്കടുത്ത് ചെന്ന്.
വെളിച്ചത്തിനായി കൊതിച്ചിരുന്ന
ഒരു താൾ കവിതകൾ
അവളെ ഉറ്റുനോക്കി.
അതിന്റെ പിറ്റേന്നും
അതിന്റപ്പുറത്തെ പിറ്റേന്നും
അവളാ കല്ലറയ്ക്കടുത്ത്
തന്നെയിരുന്ന്.
മഴ വീണ്ട പരന്ന്.
വെയില് നിറഞ്ഞുപെയ്ത്.
മഞ്ഞ് മുഖം തുടച്ച്.
ആളുകൾ അതിശയിച്ച്.
പെൺകുട്ടി
കല്ലറയ്ക്കടുത്ത് തന്നെയിരുന്ന്.
അവളുടെ കവിളുകളിൽ
കണ്ണുനീരൊഴുകിപ്പടർന്ന്.
മുടിച്ചുരുളുകളഴിഞ്ഞ്
കാട്ടുവള്ളിപ്പടർപ്പ പോലെ തൂങ്ങിക്കിടന്ന്.
രാത്രി അവളുടെ കൈത്തലത്തിൽ
നിലാവു ചായ്ച്ച് മയങ്ങിക്കിടന്ന്.
നട്ടുച്ചകൾ പോലുമവൾക്കു മുന്നിൽ
ഓർമ പോലെ നേർത്തു വന്ന്.
അങ്ങനൊരു ദിവസം
അവളങ്ങ് മാഞ്ഞുപോയി.
നാളുകളേറെ കഴിഞ്ഞ്.
ഋതുക്കളൊന്നൊന്നായി കൊഴിഞ്ഞ്.
കാട്ടു റോസകൾ പിന്നെയും
നൊന്തു വിരിഞ്ഞോണ്ടിരുന്ന്.

20/08/2022

പൊളിഞ്ഞ സുപ്രീമി[1]ലെ ഇച്ച

റോഡിന്റപ്പർത്ത്
പൊളിഞ്ഞ സുപ്രീമ്.
തായേക്കുടീറ്റ് പടർന്നിറ്റ്ണ്ടെ
കമ്യൂണിസ്റ്റ് പച്ചക്കെല്ലൊ
പയേ പയേ ഓരോന്നിന്റെ
മണൊ.
കേറിക്കേറീറ്റ്
ജനൽന്റൊട്ത്തോളെത്തീന്
ഓരോരി ബള്ളിച്ചെടി.
ബാദിൽന്റട്ത്ത്ണ്ടെ സീറ്റില്
ഒറ്റക്കിരിക്യന്നെ ഒരിച്ച.
കണ്ണിലൊരി റോഡ്.
റോഡ് നെർച്ച് മയെ.
മയന്റെ ചളീല്
കമ്യൂണിസ്റ്റ് പച്ചക്ക് പിന്നൊവ്വ പച്ചെ.
പൊളിഞ്ഞ സുപ്രീമിലിരിന്നിറ്റ്
ആയിച്ചണ്ട് പാട്ടാട്ന്നെ.
പാട്ട് കേട്ടിറ്റാന്തൊ
ബള്ളീലോരോരി മൊട്ട്.
മല്ലെ മല്ലെ
പകല് താന്നിറ്റ് പോയി.
ചൾച്ച് ചൾച്ചിറ്റ് രാത്രി
സുപ്രീമില് കേറീറ്റര്ന്ന്.
ആട്ത്തിച്ച മൂട് ചെര്ച്ചിറ്റ്
രാത്രീനൊരിക്യൊ നോക്കി.
ബസ്സിന്റെ ലെയ്റ്റ് തെൾഞ്ഞ്.

---

1 കാസറഗോഡുള്ള ഒരു ബസ്സാണ് സുപ്രീം.

ടെയറ് മല്ലെ ഒർക്ക് ബ്ട്ട്.
ബള്ളീം കാട്ടും ബെർച്ച്.
ആയിച്ചാന്റെ പാട്ട്
പൊന്തിപ്പൊന്തീറ്റ് പൊർത്തഗെത്തി.
പൊളിഞ്ഞ സുപ്രീമിലെ മനുഷ്യൻ
റോഡിനപ്പുറത്ത്
പൊളിഞ്ഞ സുപ്രീം.
താഴേക്കുടി പടർന്ന
കമ്യൂണിസ്റ്റ് പച്ചകൾക്ക്
പഴയ പഴയ ഓരോന്നിന്റെ
മണം.
കയറിക്കയറി
ജനലിന്റവിടെ വരെ എത്തിയിരിക്കുന്നു
എന്തെല്ലാമോ വള്ളിച്ചെടികൾ.
വാതിലിനടുത്തുള്ള സീറ്റിൽ
ഒറ്റയ്ക്കിരിക്കുന്ന ഒരു മനുഷ്യൻ.
കണ്ണുകളിലൊരു റോഡ്.
റോഡ് നിറയെ മഴ.
മഴയുടെ കുളിരിൽ
കമ്യൂണിസ്റ്റ് പച്ചയ്ക്ക് പിന്നെയും പച്ച.
പൊളിഞ്ഞ സുപ്രീമിലിരുന്ന്
ആ മനുഷ്യനുണ്ട് പാട്ടു പാടുന്നു.
പാട്ട് കേട്ടിട്ടാണോ എന്തോ
വള്ളികളിലോരോരോ മൊട്ട്.
മെല്ലെ മെല്ലെ
പകൽ താഴ്ന്നു മറഞ്ഞു.
തണുത്ത് തണുത്ത് രാത്രി
സുപ്രീമിൽ കയറിയിരുന്നു.
അതിലെ മനുഷ്യൻ മുഖം ചെരിച്ച്
രാത്രിയെ ഒന്ന് നോക്കി.
ബസ്സിന്റെ ലൈറ്റുകൾ തെളിഞ്ഞു.
ടയറുകൾ മെല്ലെ ഉറക്കം വിട്ടു.
വള്ളിയും കാട്ടും വിറച്ചു.
ആ മനുഷ്യന്റെ പാട്ട്
പൊന്തിപ്പൊന്തി പുറത്തേക്കെത്തി.

21/08/2022

സ്വാതന്ത്ര്യ ദിനം

സ്വാതന്ത്ര്യ ദിനം വരുന്നു.
പക്ഷേ
ദാഹത്തെ
തുറന്നു വിടുന്നതെങ്ങനെയെന്ന്
എനിക്കറിയില്ലായിരുന്നു.
ഇരുട്ട് ചെത്തിയ കൂർത്ത മുനകൾ
എന്റെ കാതുകൾ തുളച്ചു.
വെളുത്ത കൈയുടെ കനം
എന്റെ
രാത്രി പോലത്തെ ഉടലിൽ
വേദന പുളയ്ക്കുന്ന മിന്നൽപ്പിണരുകൾ
ഒന്നാകെ ചീറ്റിത്തെറിപ്പിച്ചു.
കടന്നുപോന്ന കറുത്ത വരാന്തകളിൽ
കയ്പ്പ നിറച്ചു പടർത്തുന്ന
പൂപ്പലു പിടിച്ച ആ ചിരി
എന്റെ കണ്ണുകളമർത്തിയടച്ചു.
സ്വാതന്ത്ര്യ ദിനം
വരുന്നു.
എനിക്ക് പതാക കാണണം.
തൊണ്ടയിൽ ദാഹം
മുൾപ്പടർപ്പുകളുമായിച്ചേർന്നു.
ഓർമയിലെ മുറിവുകൾ പോലെ
ഉള്ള് കീറി വലിച്ചപ്പോൾ
വിചാരങ്ങൾ പതുക്കെ
ഇരുണ്ട ചോരയിലലിഞ്ഞ്

താഴോട്ടൊലിച്ചു.
ആശ പിന്നെയും
കണ്ണു മിഴിച്ച് ബാക്കിയായി.
ഞാനൊന്ന്
തലയുയർത്തി നോക്കി.
നോട്ടുപുസ്തകത്തിലെ പതാകയുടെ
നടുവിലെ വെള്ള
ചോര പുത്തു ചുവന്നു.

21/08/2022

പലായനപ്പെൺകുട്ടി[1]

നാളെ നേരം പുലരുമ്പോൾ
വെളിച്ചമുണ്ടാകുമോ?
ഈ കൈകളിൽ
തേനൊലിപ്പിക്കുന്ന പൂക്കളുണ്ടാകില്ല.
തലങ്ങും വിലങ്ങും പോറി
കാട്ടോർമകൾ ബാക്കി വെക്കാൻ
പച്ചച്ച ഇരുട്ടിന്റെ
കൊച്ചു ഇല്ലികളുണ്ടാകില്ല.
തോട്ടം വിഷാദം പൊഴിക്കുന്ന
നടപ്പാതയിലിനി ഈ
അടക്കമില്ലാത്ത നിഴൽ
പാറിപ്പറക്കില്ല.
കാടു മൂടിയ കോണിൽ
നോവു ചാലിച്ച്
ആർക്കും മനസ്സിലാവാത്ത
ആദ്യപ്രണയം പങ്കിട്ട
വെണ്ണക്കൽപ്രതിമയിനി
കുറ്റിക്കാടുകൾക്കിപ്പുറം പൊന്തുന്ന
ചുരുളൻമുടിത്തല കാണില്ല.
ഒരു കള്ളച്ചിരിയോടെ
മഴയെപ്പിടിച്ചുള്ളിലമർത്തുന്ന മണ്ണ്
ഇനി ഈ കാലൊച്ചകൾക്ക്
കണ്ണു ചിമ്മില്ല.

---

1 മുള കൊണ്ടുള്ളതും മഴയുടെ ശബ്ദം പുറപ്പെടുവിക്കുന്നതുമായ ഒരു സംഗീതോപകരണമാണ് മഴമൂളി.

സ്വപ്നങ്ങളിലുറങ്ങുന്ന വേരുകളെ
ചുമ്മാ ശല്യപ്പെടുത്താൻ
ഇനി ഈ വിരലുകൾ
നീണ്ടു ചെല്ലില്ല.
മതിലോരത്ത് പണ്ട്
ആദ്യത്തെ ചെമ്പനീര് പൂത്തപ്പോൾ
മാനം നോക്കി ചോന്നു നിന്ന
കാട്ടുപൊന്തകളിനി
ഈ പാട്ടു കേട്ടു തലയാട്ടില്ല.
ചിരികൾ പടർന്ന മരങ്ങൾ
ഇനിയീ കവിളുകളിൽ
രണ്ടു തുള്ളി ആകാശമിറ്റിച്ചു തരില്ല.
അതിരിനപ്പുറത്ത് ജനലുകളും
തെരുവുവിളക്കുകളും തെളിയുമ്പോൾ
ഒരു മഴമൂളിയുടെ താളം നിറച്ചുകൊണ്ട്
ഞാനിനി വീട്ടിലേക്കു നടക്കില്ല.

22/08/2022

എമിലിയാന്ന[1]

വേനല്പകൾ കൊണ്ട്
വേഭ്രമിയൊരു നാൾ തീർത്ത
മണ്ണിന്റെ ചിരി പുരണ്ട
പെയിന്റിംഗാണ് ഞാൻ.
നൂറു മിന്നാമിനുങ്ങുകളാക്കി
പറത്തിവിടേണ്ടതെങ്ങനെയെന്നോതി
രാവതിന്റെ ഇരുളിനെ ചുരുട്ടി
എന്റെ തലയിൽ ചൂടിച്ചു.
ഉരുകിയൊലിക്കുന്ന അതിരിൽ
മുള്ളുവേലികൾ കനത്തപ്പോൾ
ദാഹിച്ചു വരണ്ടു കീറിയെന്റെ
പെൺകുട്ടിക്കാലം തിണർത്തു.
മരിച്ച പട്ടണങ്ങളുടെ
ജനാലകളിൽ വെളിച്ചം കൊളുത്തി
ഞാൻ ചിരിക്കുമ്പോൾ
അസ്വസ്ഥത തോന്നുന്നുണ്ടോ?
എന്റെ കറുത്ത കൈകൾ
പിന്നെയും നീളുന്നത്
ആകാശമുറവ പൊട്ടുന്നതെവിടെയോ
അവിടേക്കു തന്നെയാണ്.

21/08/2022

---

1 സീക്കേയുടെ "എമിലിയാന്ന (Emiliana)" എന്ന ഗാനത്തിലെ കറുത്ത വർഗക്കാരി പെൺകുട്ടിയാണ് എമിലിയാന്ന. ഇവിടെ എല്ലാ കറുത്ത പെൺകുട്ടികളുടെയും പ്രതീകമാണവൾ.

കാൾ മാർക്സ്

റൈൻ നദി[1]

തീരങ്ങളിൽ കാൽപ്പാടുകൾ.
അവ കാട്ടിലേക്കു നീളുന്നു.
പൈൻ മരങ്ങളിൽച്ചുറ്റി
ചില്ലകളിലുടക്കി
നക്ഷത്രത്തിന്റെ കൗമാരം.
കവിത വീണു തളിർത്ത ഇലകളിൽ
പുതിയതെന്തോ മിനുങ്ങിക്കിടക്കുന്നു.
ഓളങ്ങളിൽ തിളങ്ങിക്കളിക്കുന്നു
ഷെയ്ക്സ്പിയറിന്റേതു പോലൊരു
പുഞ്ചിരി.

പ്രഭുകുമാരി[2]

വിരുന്നുമുറിയിൽ
അലങ്കാരവിളക്കുകൾ.
സുവർണവെളിച്ചത്തിൽ
കള്ളനോട്ടങ്ങൾ.
പട്ടു ഗൗണുലയുന്നു
താരകൾ പൊഴിയുന്നു.

---

1 കൗമാരത്തിൽ, കാൾ മാർക്സ്, മുതിർന്ന കൂട്ടുകാരി ജെന്നി വോൺ വെസ്റ്റ്ഫാലെന്റെ പണ്ഡിതനായ പിതാവ് ലുഡ്വിഗിനൊപ്പം റൈൻ നദീതീരത്തുകൂടെ നടക്കാൻ പോകുമായിരുന്നു. ലുഡ്വിഗിന്റെ സംസാരം കേട്ടും ചർച്ചകളിൽ പങ്കെടുത്തുമുള്ള ആ നടത്തങ്ങളിലാണ് കൊച്ചുകാൾ കവിതയും രാഷ്ട്രീയവും പരിചയപ്പെട്ടത്.

2 അനശ്വര പ്രണയം - ജെന്നി.

മുടിച്ചുരുളുകളിൽ
പൊട്ടിവിരിഞ്ഞ പൂക്കൾ.
പൂക്കാലത്തിന്റെ ആകാശത്ത്
പാത്തുപതുങ്ങി മഴവില്ലുകൾ.
ഹൃദയമിടിപ്പുയരുന്നു
സംഗീതമടരുന്നു.

പാരിസ്[1]

നടപ്പാതകളിലെ നിഴലുകൾ
തെരുവുവിളക്കിനു ചുവട്ടിൽ ചേരുന്നു.
കാപ്പിക്കടകളുടെ ജനാലകളെരിയുന്നു.
അങ്ങോട്ടു നോക്കൂ
വിപ്ലവം വരുന്നു.
ഓരോ തറക്കല്ലിലും
കാലം പടർന്നിരിക്കുന്നു.
പൊടിപടലങ്ങളിലലിയാം...
കാരണം
അവ മഴ്സൈയാസിന്റെ വരികളോടലിഞ്ഞിരിക്കുന്നു.
ഒന്നുകൂടെ നോക്കൂ
വെളിച്ചമുദിക്കുന്നു.

1 വിവാഹിതരായ മാർക്സും ജെന്നിയും വിപ്ലവോജ്ജ്വല പാരിസിലേക്കാണ് പോയത്. അവിടെ വച്ച് മാർക്സ് കമ്യൂണിസത്തെ പഠിക്കുകയും ഏറ്റെടുക്കുകയും ചെയ്തു. വിശ്വപ്രസിദ്ധ വിപ്ലവഗാനവും ഫ്രാൻസിന്റെ ദേശീയഗാനവുമാണ് “മഴ്സെയാസ്”.

മാലാഖയമ്മാവൻ[1]

നമുക്ക് സുഹൃത്തുക്കളായിരിക്കാം.
നമ്മുടെ ആത്മാവിൽ
മഷി പടർത്തിയിരിക്കുന്നത്
ഒരേ അക്ഷരങ്ങൾ.
നമ്മുടെ നിശീഥിനിയിൽ
നിലാവടർത്തി നിൽക്കുന്നത്
ഒരേ ആകാശം.
നമുക്ക് കൈ കോർത്തിരിക്കാം.
നമ്മുടെ വിരലുകളിൽ
ചുറ്റിപ്പടർന്നിരിക്കുന്നത്
ഒരേ സൂര്യന്റെ വിചാരങ്ങൾ.

നിലത്തുറക്കം[2]

നിലത്തുറങ്ങുന്നത്
ഓർമകളുടെ കീറപ്പുതപ്പിൽ
വിറയ്ക്കുന്നതു പോലെയാണ്.
പ്രത്യേകിച്ചും
നിങ്ങളുടെ നിലം
നെരിപ്പോടില്ലാത്ത മഞ്ഞുകാലമുറഞ്ഞ്
വിഷാദം കട്ടപിടിച്ചിരിക്കുമ്പോൾ.
നിലത്തുറങ്ങുന്നത്
നോവു കിനിയുന്ന മുറിവിലേക്ക്
മരവിച്ച നിലവിളി
കുത്തിയിറക്കുന്നതു പോലെയാണ്.
പ്രത്യേകിച്ചും

1 അനശ്വര സൗഹൃദം - ഫ്രെഡറിക് ഏംഗൽസ്. കുടുംബത്തിലെ അംഗത്തെപ്പോലെയായിരുന്ന ഏംഗൽസിനെ, മാർക്സിന്റെ ഇളയ മകൾ എലിനോർ എന്ന റ്റസ്സി, മാലാഖയമ്മാവൻ എന്ന് വിളിച്ചു.

2 മകൾ ഫ്രാൻസിസ്ക ശൈശവത്തിൽ മരിച്ചപ്പോൾ മാർക്സിന്റെ പക്കൽ ശവപ്പെട്ടി വാങ്ങാൻ പണമില്ലായിരുന്നു. കുഞ്ഞിന്റെ ഉടൽ തുണിയിൽ പൊതിഞ്ഞുകിടത്തി മുഴുവൻ കുടുംബവും അന്ന് രാത്രി അപ്പുറത്തെ മുറിയുടെ തറയിൽ കിടന്നു. അവരെല്ലാവരും കരയുകയായിരുന്നു.

നിങ്ങളുടെ കവിത
ഒരു ചുമരപ്പുറത്ത്
മരിച്ചു കിടക്കുമ്പോൾ.

അതിർത്തി[1]

വായ മൂടിക്കെട്ടി
ആത്മാവു തല്ലിക്കെടുത്തി
ചിന്തകളിൽ ചതവുകളമർത്തി
എന്നെയിത് കടത്തിവിടുമ്പോൾ
നിങ്ങളോർക്കുന്നില്ല
എന്റെ വാക്കുകളും
എന്റെ കൂടെയിത്
കടന്നുപോരുന്നുണ്ടെന്ന്.

കളിപ്പാട്ടക്കട[2]

ഇവിടെ വരുമ്പോൾ
സൂക്ഷിക്കണം.
ഈ അലമാരകളിൽ
അടുക്കിവെച്ചിരിക്കുന്നത്
നിങ്ങളുടെ സാമ്രാജ്യം
ചുട്ടുകരിക്കാൻപോന്ന
കനലുകളാണ്.
ഈ തട്ടുകളിലിരുന്ന്
നിങ്ങളെ നോക്കിച്ചിരിക്കുന്നത്
നിങ്ങളുടെ അതിരുകളിൽ
കാട്ടുവസന്തങ്ങൾ നടുവാൻമാത്രം

---

1 നാടുകടത്തലുകൾ കൊണ്ട് നിറഞ്ഞതായിരുന്നു മാർക്സിന്റെ ജീവിതം.

2 മൂലധനം എന്ന വിഖ്യാത ഗ്രന്ഥത്തിന്റെ രചന നടക്കുന്ന സമയത്താണ് റ്റസ്സി കുട്ടിക്കാലമാഘോഷിച്ചിരുന്നത്. അവളും മൂലധനവും ഒരുമിച്ചാണ് വളർന്നത്. അവളെ രസിപ്പിക്കാനായി മാർക്സൊരു മാന്ത്രികകഥാപരമ്പരയുണ്ടാക്കുകയുണ്ടായി. ഒരു കളിപ്പാട്ടക്കടക്കാരനായ ഹാൻസ് റോക്കിളിന്റെ സാഹസങ്ങളായിരുന്നു ഇതിവൃത്തം. യഥാർത്ഥത്തിൽ, മൂലധനത്തിന്റെ, കുട്ടികൾക്കുള്ള രൂപമായിരുന്നു അത്.

നിറവുള്ള പുതുമകളാണ്.
പെട്ടെന്നിറങ്ങിക്കോളൂ
എവിടെയെങ്കിലും പോയൊളിച്ചോളൂ.
കരച്ചിലുകളിൽ നിന്നുയിർത്തൊരു
ലോകത്തെ
മേൽക്കൂരയിലേന്തിക്കൊണ്ട്
നാളെയീ കളിപ്പാക്കട നിങ്ങളുടെ
വാതിലിൽ മുട്ടി വിളിക്കും.

നെരിപ്പോട്[1]

തീജ്ജ്വാലകളിൽ
പോയ കാലം
തെളിയുന്നു, മായുന്നു.
കവിത പൂത്ത കാടുകൾ,
ഇരുളിന്റെ കൊളുത്തിട്ട്
കീറിവലിച്ച തേങ്ങലുകൾ.
മിഴി നിറഞ്ഞ തെരുവുകൾ,
പിന്നെയും
കൈയിലെ വെളിച്ചം കൊണ്ട്
ചോരയൊപ്പി
പ്രഭാതത്തിലേക്കു തല നീട്ടുന്ന
വാക്കുകൾ.
ജ്വാലകളങ്ങനെ
ഇളകുന്നു, ആടുന്നു.
ഒടുവിലത്തെ നിശ്വാസവും
വാനിന്റെ
കൈക്കുടന്നയിലേക്കുതിരുന്നു.
ജ്വാലകൾ പിന്നെയും
എരിഞ്ഞുകൊണ്ടേയിരിക്കുന്നു.

15/08/2022

---

1 ചാരുകസേരയിലിരുന്ന് തീ കായുമ്പോഴാണ് മാർക്സ് മരണപ്പെട്ടത്.

ഹൈള്[1]

പകലിന്റെ വേലിക്കൽ
തണ്ടിലും തളിരിലും
സൂര്യനെ പകുത്തെടുത്ത
മൈലാഞ്ചിക്കാടുകൾ.
മെയ് മാസം മണക്കുന്ന
നേർത്ത നിശ്വാസങ്ങൾ
ജനൽപ്പാളിയിൽ വരച്ചിട്ട
പാതകൾ, പുലരികൾ.
പണ്ട് കിനാവിലണിഞ്ഞ
ഒരു തട്ടം
തിരികെ പറത്തിക്കൊണ്ടുവരുന്ന
കാറ്റിന്റെ ചിരിയടർച്ചകൾ.
ഉടുപ്പിന്റെ തുമ്പൊതുക്കി
ഭൂമി മെല്ലെ നദിയിലിറങ്ങുമ്പോൾ
കവിതയുടെ മീതെ
ഇളം ചുവപ്പ് ആകാശങ്ങൾ.

30/08/2022

1 "ഹൈള്" അഥവാ "ഹൈദ്" എന്നത് ആർത്തവത്തിന്റെ അറബിക് പദമാണ്.

ആദ്യപ്രേമം

സ്വപ്നങ്ങളിൽ ഞാൻ
മൈതാനങ്ങൾ വിരിക്കാം.
ഗോൾവലക്കണ്ണികളിൽ പടർത്താൻ
നിനക്കെന്റെ ആകാശം തരാം.
നിന്റെയൊപ്പം നടന്ന്
ഓരോ രാത്രിയുടെ ജനലിലും
മറക്കാതെ ഞാൻ
പൂത്തിരികൾ കൊളുത്തിവെക്കാം.

നിന്റെ കറുപ്പിലും വെളുപ്പിലും
ഞാനെന്റെ ഉള്ളു കൊണ്ട്
ചായം പുരട്ടാം.
മൈതാനം കടന്നും
നിനക്ക് കൂട്ടുവരാം.
എന്റെ ഏറ്റവുമാദ്യത്തെ കനവിലേ
നീയുണ്ടായിരുന്നുവെന്ന് ഞാൻ
ഇനിയുമിനിയും
നിന്നിലേക്കലിഞ്ഞിറങ്ങാം.

എല്ലാവരും തട്ടിപ്പുറത്തിടുമ്പോൾ
പൊളിഞ്ഞ മതിലിന്റെ കോണിൽ ഞാൻ
നിന്നോട്ടു ചേർന്നിരിക്കാം.
നിന്റെ മരിച്ച ആത്മാവിന്റെ തുറസ്സിൽ
എന്റെ ശ്വാസം നിറയ്ക്കാം.
എന്റെ മിടിപ്പുകൾ
നിന്റെ ഹൃദയത്തിലമർത്തി
ഞാൻ നിന്നെ വീണ്ടും ജീവിപ്പിക്കാം.

30/08/2022

വെള്ളിറേന്തപ്പൊഴ[1]

ഞരങ്ങുന്ന മരവാതില് തൊറന്ന്
പിന്നാമ്പുറത്തേക്കെറങ്ങിയാ
ന്നൂറ് വേനല് പൊള്ളിക്കരുവാളിച്ച പാറ.
പാറേടെ താഴേക്കൂടെ ഒഴുകി
എന്റുള്ളില് നെറഞ്ഞു പരന്നത്
ഈ പൊഴയാണ്.
വെള്ളിറേന്തപ്പൊഴ.

രാത്രി മേൽക്കൂരപ്പൊറത്ത് തട്ടി
വീണ് മറിയുന്ന നേരത്ത്
പാറപ്പൊറത്ത് കുനിഞ്ഞിരുന്ന്
അമ്മാമ പാത്രം മോറുമ്പൊ
അമ്മാമേടെ കൊന്തേടെ താഴേന്ന്
പാതി തെളിയുന്ന താഴ്വരയിടുക്കിനെ
കളിയാക്കി
എന്റൊപ്പം അമർത്തിച്ചിരിച്ചത്
ഈ പൊഴയാണ്.
ഒന്നാം ക്ലാസിലെ നോട്ടുബുക്കിന്റെ
പെറകിലെ പേജ് കീറി
ഞാനാദ്യമായിട്ടൊണ്ടാക്കിയ തോണിയെ
കീഴ്മേൽ മറിച്ച് മുക്കി
പൂവാലിമീൻപെണ്ണിന്റെ കൊച്ചുങ്ങക്ക്
കളിക്കാൻ കൊടുത്തതും
ഇവള് തന്നെ.

---

1 “റേന്ത” എന്നാൽ തൊങ്ങൽ, ഞൊറി എന്നൊക്കെയാണർഥം.

അന്തിയടപ്പൻ ആർത്തു പെയ്യുമ്പൊ
മെഴുതിരിവെട്ടത്തില് വിങ്ങുന്ന
മാതാവിന്റെ മുന്നിലിരുന്ന്
അമ്മാമയെന്നെ
നെഞ്ചിലേക്കമർത്തിപ്പിടിച്ചതും
അമ്മാമേടെ വേർപ്പില്
പാതിയൊറക്കത്തിന്റെ തുമ്പില്
ഉപ്പ പെരണ്ടിട്ടും
ഞാനനങ്ങാതിരുന്നതും
ഇവൾടെ കാറിച്ച കേട്ടു വെറച്ചിട്ടാണ്.
പിന്നേം പൊലർച്ചക്ക്
കിളിയൊച്ചകളും വെയിലിന്റെ
കള്ളനോട്ടങ്ങളുമുയിർത്തത്
ഇവൾടെ ചുരുചുരുണ്ട മുടീന്നാണ്.

അങ്ങേലെ പള്ളീല് ഓശാന കൂടീട്ട്
അമ്മാമേം ഞാനും നടന്നു വരുമ്പൊ
പാറമേല് കൈയിട്ടു ചുറ്റിപ്പിടിച്ച്
ചുമ്മാതെ
എലകളും മേഘങ്ങളും തട്ടിക്കളിച്ച്
ഞങ്ങളെ കാത്തിരുന്നത്
ഈ പൊഴയാണ്.
അവിടേമിവിടേം കരിമ്പനടിച്ച്
ഇവിടേമവിടേം കറ പിടിച്ച
എന്റെ കുട്ടിക്കാലം വെളുപ്പിക്കാൻ
അമ്മാമ കൂടെക്കൂടെ മുക്കിയെടുത്തത്
ഇവൾടെ പാട്ടിലാണ്.

വയസ്സറിയിച്ചേന്റെ പിറ്റേന്ന് വൈന്നേരം
ഞാൻ പാറപ്പൊറത്ത് ചെന്നിരുന്നപ്പൊ
എന്റെ വിടർന്നുമിഴിഞ്ഞ
കണ്ണുകൾടെ മുന്നില്
എന്നത്തേലും കൂടുതൽ ചോന്ന്
ആകാശം കിനിഞ്ഞുവന്നത്
ഇവൾടെ തൊടകൾടെടേന്നാണ്.

തണ്ടും തുമ്പും വെളുത്ത
കപ്ലങ്ങാക്കുട്ടത്തീന്ന്
അന്തിത്തുമ്പ കൂർപ്പിച്ച്
ശ്വാസത്തിന്റെ മഷി പെരട്ടി
എന്റെ പിൻകഴുത്തിൽ എന്തോ വരച്ച്
അക്കരെ വീട്ടിലെ ചെറുക്കനെന്നെ
വെള്ളിറേന്തപ്പൊഴേന്ന് വിളിച്ചത് കണ്ട്
അമ്മാമയെന്നെ തല്ലിച്ചൊകപ്പിച്ചതും
ഈ പൊഴേടെ കരേന്നാണ്.

രാത്രീടറ്റം കീറി
നെലാവ് പൊറത്തേക്ക് വീണപ്പൊ
അമ്മാമേടേം എന്റേം കൂടെ
കരിശു വരക്കാൻ കൂടിയതും ഇവളാണ്.
പിന്നെപ്പിന്നെ
നെലാവിനു പകരം
ഇരുട്ട് മാത്രം ചൊവച്ച തൊടങ്ങിയപ്പൊ
അമ്മാമേ കാണാതായതും
ഇവൾടെ റേന്തകളിലാണ്.
മുള്ളു കൊണ്ട് പോറലേറ്റ
പൂക്കാലത്തെ ഉള്ളംകൈയിൽ പിടിച്ച്
ഇത്തിരി നേരമിരുന്നിട്ട്
ഞാൻ കുനിഞ്ഞ് മൊഖം താഴ്ത്തിയതും
മെല്ലെമെല്ലെയങ്ങലിഞ്ഞതും
ഇതേ പൊഴേലാണ്.
വെള്ളിറേന്തപ്പൊഴേല്.

31/08/2022

സെപ്റ്റംബർ

സെപ്റ്റംബർ
ഒരു കൂട പൂക്കൾ
കൊണ്ടുവന്നു.
ഓറഞ്ച്
വെള്ള
മഞ്ഞ
ചുവപ്പ്
പർപ്പിൾ.
ഇതളുകളിലെന്തോ
കവിത പോലെ.
നീയായിരിക്കാം.
അതോ
നിന്റെ നിഴലോ?
ആകാശത്തിന്റെ വേലിക്കൽ
വെയില് പൂത്തിറങ്ങുന്നു.
അങ്ങോട്ടൊരു നോട്ടം.
മേഘങ്ങളുടെ ഒളിച്ചുകളി.
ഇങ്ങോട്ടൊരു നോട്ടം.
വെളിച്ചത്തിന്റെ കള്ളച്ചിരി.
ഇതാ
പകലിന്റെ നദി.
ഒരു വസന്തത്തിനിലപ്പുറത്തിരുന്ന്
ഇത്തിരി നേരമൊഴുകി...
ഒഴുകിയൊഴുകി...
ഓളങ്ങൾ പോറിയ

നീലിച്ച കണ്ണാടിയിൽ
നിന്റെ പുഞ്ചിരി പ്രതിഫലിക്കുന്നു.
അരികത്താരാണ്?
ഞാനോ?
അതോ എന്റെ കിനാവോ?
കിനാവിന്
സെപ്റ്റംബറിന്റെ നിറമാണ്.
പകലതിന്റെ കൈക്കുടന്നയിൽ
ഒളിച്ചുവച്ച നക്ഷത്രങ്ങൾ.
കാറ്റിന്റെ മുടിയിളക്കങ്ങളിൽ നിന്നും
പാറിവീണ പൂവിതളോർമകൾ.
കവിത കൊണ്ടുമ്മ കൊടുത്ത്
വസന്തത്തെ ത്തുടുപ്പിക്കുന്നതാരാണ്?
നീയോ?
ഞാനോ?
അതോ
കണ്ണുകളിലൊരു പൂക്കാടുള്ള
സെപ്റ്റംബറോ?

02/09/2022

സെമിത്തേരി ലാവെൻഡെറിയ[1]

ആകാശം
പർപ്പിൾ കൊണ്ട് വരച്ചുവെച്ച
ഒരു പെൺകുട്ടി.
അവളുടെ നടപ്പിൽ
കുന്നിൻചരിവിലെ
വൈകുന്നേരങ്ങളിൽ നിന്നും
പാറിവന്ന ശലഭങ്ങൾ.
അവളുടെ നോക്കിൽ
ഇതളുകളടർന്നുവീണ്
മിന്നിത്തെളിഞ്ഞ പൊയ്കകൾ.
അവളുടെ കല്ലറയിൽ
നിറച്ചും മേഘങ്ങൾ.
സെമിത്തേരി മുഴുവനും
പടർന്നുപടർന്ന് പൂക്കാടുകൾ.
മരണത്തിന്റെ മുടിച്ചുരുളുകളിൽ
നനഞ്ഞ ലാവെൻഡറുകൾ.

11/09/2022

---

1 കൊച്ചിയിലെ ഒരു റോഡാണ് സെമിത്തേരി ലാവെൻഡെറിയ റോഡ്.

പടച്ചവൾ[1]

ഇപ്പത്തെ ദൈവമായിരുന്നില്ല
ശരിക്കത്തെ ദൈവം.
ആ ദൈവം
ഒരു പെണ്ണായിരുന്നു.
അവളുടെ കണ്ണുകളിലാണ്
താഴ്വാരങ്ങൾ നിവർന്നിരുന്നത്.
അവളുടെ പാദങ്ങളിലാണ്
കാട്ടുമരങ്ങൾ പടർന്നിരുന്നത്.
ആകാശനീലയിൽ കുളിച്ച്
അവൾ കുന്ന് കയറുമ്പോൾ
ഈറൻ മുടിയിൽ നിന്നും
നക്ഷത്രങ്ങൾ ഇറ്റിറ്റു വീഴുമായിരുന്നു.
മലമുകളിൽ തല വെച്ച്
അവളുറങ്ങുമ്പോൾ
അവളുടെ ശ്വാസത്തിൽ
കാടുകൾ തഴയ്ക്കുമായിരുന്നു.
നടക്കാനിറങ്ങുമ്പോൾ
അവൾ
മഴക്കാലങ്ങളെ
കൂട്ടു വിളിക്കുമായിരുന്നു.
വെറുതേയിരിക്കുമ്പോൾ
കടലിൽ നിന്നും
തിരകൾ നുള്ളിക്കളിക്കുമായിരുന്നു.

---

1 അരിയാന ഗ്രാൻഡെയുടെ "ഗോഡ് ഈസ് എ വുമൺ (God is a Woman)" എന്ന ഗാനം ഈ കവിതയ്ക്ക് പ്രചോദനമായി.

പക്ഷേ
എല്ലാരും കൂടി
അവളെ പറപ്പിച്ച കളഞ്ഞു.
കാരണം
അവൾക്ക്
തേങ്ങ ചിരകാനറിയില്ലായിരുന്നു.

12/09/2022

പ്രചോദനം:
അരിയാന ഗ്രാൻഡെയുടെ
ഗോഡ് ഈസ് എ വുമൺ
(God is a Woman)

സഹോദരൻ

രാത്രിയുടെ പടർപ്പുകളിൽ നിന്നും
ഇലകൾ അടർന്നുവീണു.
ആത്മാവിന്റെ ഉറവകളിൽ നിന്നും
തണുതണുത്ത വെള്ളിനദികളൊഴുകി.
വെളിച്ചത്തിന്റെ കീറത്തുണ്ടു കൊണ്ട്
കവിളുകളമർത്തിയമർത്തിത്തുടച്ച്
ഞാൻ നിന്നെത്തേടി.
ഋതുക്കൾ തമ്മിൽ പരമരഹസ്യമായി
കണ്ടുമുട്ടുന്ന കിനാവിൽ നിന്നും
നീ
പതുക്കെപ്പതുക്കെ.
ഞാൻ നിന്റെ വിരൽത്തുമ്പിൽ തൊട്ടു.
ആകാശം നനഞ്ഞു കുതിർന്ന്
ഭൂമിയുടെ ചായങ്ങളിലേക്കു പടർന്നു.
പാദങ്ങളമർന്നിടത്തൊക്കെയും
കാട്ടുചെടികൾ പൂത്തു വിടർന്നു.
ഞാൻ പിന്നെയും
നിന്നെത്തേടി.

14/09/2022

പത്രക്കാരൻ

സുബഹിക്ക്
ഇളംമഞ്ഞ്
മുഖം തുടയ്ക്കുമ്പോൾ
പത്രങ്ങളെല്ലാം വാരിപ്പിടിച്ച്
അവൻ
പുറത്തേക്കിറങ്ങുന്നു.
പാതിയുറക്കത്തിന്റെ
നനുത്ത പാളി
ഇത്തിരി പൊക്കി
തെരുവവനെ എത്തിനോക്കുന്നു.

പത്രം മറിച്ചിട്ട്
സ്പോർട്സ് പേജിനോട്
മിണ്ടിയും പറഞ്ഞും
അവൻ മെല്ലെ നടക്കുന്നു.
നീലച്ചെൽസിയെ
ചിരിയിൽ പൊതിഞ്ഞ്
ഉള്ളംകൈയിലിട്ട്
തോറ്റ ബാഴ്സയെ
നെഞ്ചിനുള്ളിലമർത്തിത്താഴ്ത്തി
അവൻ പോകുന്നു.

രാവ് നനഞ്ഞ ചാമ്പച്ചോട്ടിൽ
പാതി ചളുങ്ങിക്കിടക്കുന്ന
പ്ലാസ്റ്റിക് കുപ്പിയോട്

അവൻ മെസ്സിയാകുന്നു.
ചിറകിൽ
സൂര്യൻ പുരണ്ട
കരിയിലക്കിളികൾ
ബൈസിക്കിൾ കിക്ക് ചോദിക്കുമ്പോൾ
കളി വിട്ട് മുഖം തിരിച്ച്
അവൻ പിന്നെയും നടക്കുന്നു.

കമ്യൂണിസ്റ്റ് പച്ചകളവന്റെ
കാലിൽ ചുറ്റിവലിക്കുന്നു.
വെയിലിന്റെ ഇതളുകൾ
അടർന്നുവീണ് മിന്നുന്നു.
പകലിന്റെ തുമ്പ്
നീട്ടിയെറിഞ്ഞ്
ആകാശമവനെ വിളിക്കുന്നു.
തല ചൊറിഞ്ഞ്
കരിയിലക്കിളികളെയൊന്ന്
തിരിഞ്ഞുനോക്കി
അവൻ പുഞ്ചിരിക്കുന്നു.

അങ്ങനെ വീണ്ടും
അവനെ കാണാതാകുന്നു.

17/09/2022

ചായക്കപ്പ്

രാത്രി.
റെസ്റ്റൊറന്റ്.
ഒഴിഞ്ഞ മേശ
വൃത്തിയാക്കുന്ന
ചെറുക്കന്റെ
കൈയിൽ നിന്നും
ചായക്കപ്പ് തെന്നി
താഴെ.
കപ്പ്
നൂറു കഷ്ണം.
ചെറുക്കൻ
രാത്രി പോലെ.
അതാ
ഒന്നാമത്തെ കഷ്ണത്തിൽ
അവന്റെ വീടിന്റെ
ഞരക്കം.
തൊട്ടപ്പുറത്ത്
അവന്റെ ഉള്ളിലൂടെ
കീറിമുറിക്കുന്ന ഇരുട്ട്.
തറയിൽ ഒലിച്ചിറങ്ങിയ
ഇത്തിരിച്ചായയിൽ പരന്ന്
അവന്റെ
ഓർമയുടെ വരാന്തകളുടെ
മരവിപ്പ്.
കപ്പിന്റെ മുറിവുകളിലൂടെ

അവന്റെ ശ്വാസത്തിൽ
പൊട്ടലുകൾ.
അവന്റെ തലയ്ക്കകത്ത്
മിന്നലുകൾ.
അവന്റെ നിനവിന്റെ തുഞ്ചത്ത്
പറ്റിപ്പിടിക്കാൻ ധൈര്യപ്പെട്ട
സ്വപ്നത്തിൽ
അങ്ങിങ്ങ് വിള്ളലുകൾ.
അപ്പുറത്ത് നിന്നും
മുതലാളിയുടെ
അറ്റം കൂർപ്പിച്ച നോട്ടം.
അവൻ കുനിഞ്ഞ്
പതുക്കെ
കഷ്ണങ്ങളോരോന്നായി...
ഓരോന്നോരോന്നായി.

17/09/2022

സിനിമപ്പെണ്ണ്[1]

ഞാനിരിക്കുന്നത്
വില്ലേജ് ഓഫ് ഡ്രീംസിലെ
സീസോയും യുകിഹികോയും
കുട്ടിക്കാലത്തിന്റെ വെയിലിൽ
വെള്ളിമീനുകളെയും നോക്കിയിരുന്ന
പച്ചച്ച പുഴവക്കിലാണ്.
ഞാനാലോചിക്കുന്നത്
ദ റോഡ് ഹോമിലെ ദിയ
പ്രണയത്തിലേക്കോടിയിറങ്ങിയ
ഹേമന്തത്തിന്റെ വഴിത്താരയിലൂടെ
നടക്കാൻ പോയാലോ എന്നാണ്.
അതോ
ദ സൗണ്ട് ഓഫ് മ്യൂസിക്കിലെ മറിയ

---

1 1996ൽ പുറത്തിറങ്ങിയ ജാപ്പനീസ് സിനിമയാണ് യോയ്ച്ചി ഹിഗാഷിയുടെ "വില്ലേജ് ഓഫ് ഡ്രീംസ് (Village of Dreams)".
1999ൽ പുറത്തിറങ്ങിയ ചൈനീസ് സിനിമയാണ് യി-മൂ ഷാങ്ങിന്റെ "ദ റോഡ് ഹോം (The Road Home)".
1965ൽ പുറത്തിറങ്ങിയ അമേരിക്കൻ സിനിമയാണ് റോബർട്ട് വൈസിന്റെ "ദ സൗണ്ട് ഓഫ് മ്യൂസിക് (The Sound of Music)".
2015ൽ പുറത്തിറങ്ങിയ ജർമൻ സിനിമയാണ് അലെയ്ൻ സ്റ്റനറിന്റെ "ഹൈഡി (Heidi)".
2019ൽ പുറത്തിറങ്ങിയ അമേരിക്കൻ സിനിമയാണ് ഗയ് റിച്ചിയുടെ "അലാദിൻ (Aladdin)".
2008ൽ പുറത്തിറങ്ങിയ ജാപ്പനീസ് സിനിമയാണ് യോജിറോ തകിതയുടെ "ഡിപ്പാർച്ചേഴ്സ് (Departures)".
1997ൽ പുറത്തിറങ്ങിയ അമേരിക്കൻ സിനിമയാണ് ജെയിംസ് കാമറൂണിന്റെ "ടൈറ്റാനിക് (Titanic)".
2016ൽ പുറത്തിറങ്ങിയ ദക്ഷിണ കൊറിയൻ സിനിമയാണ് ചാങ്ങിന്റെ "കനോല (Canola".

ആടിപ്പാടി നടന്ന
അരുവിക്കരയിൽ ഇത്തിരി നേരം
പാട്ട് വീണ വിടർന്ന
പൂക്കളെത്തിരയാൻ പോകണോ?
എന്റെ പകലുകളൊക്കെയും
ഹൈഡിയിലെ വസന്തത്തിന്റെ
നറുവെളിച്ചത്തിൽ പൊതിഞ്ഞവയാണ്.
എന്റെ രാത്രികളത്രയും
അലാദിനിലെ മാന്ത്രികപ്പരവതാനിയുടെ
തുമ്പിൽ കെട്ടി
പറത്തിവിട്ടിരിക്കുകയാണ്.
എന്റെ ഉള്ളംകൈയിൽ
പോയ കാലത്തിന്റെ
കാൽപ്പാടുകൾ പതിഞ്ഞ
വെള്ളാരങ്കല്ലുകൾ.
അവ ഞാൻ
ഡിപ്പാർച്ചേഴ്സിലെ നദീതീരത്തു നിന്നും
പെറുക്കിയെടുത്തതാണ്.
ചിലപ്പോൾ
എന്നെ കാണാതായേക്കാം.
ടൈറ്റാനിക്കിലെ പച്ച ശലഭത്തിന്റെ
ചിറകടികളിൽ തിരഞ്ഞാൽ മതി.
അല്ലെങ്കിൽ
കനോലയിലെ
ഓർമ പൂത്ത കടുകുപാടത്തിന്റെ
അങ്ങേ അതിരിൽ
നോക്കിയാൽ കാണാം.

17/09/2022

നമ്മുടെ നാട്

മരിക്കും മുൻപേ കുഴിച്ചിടപ്പെട്ട
ഒരു നാടിനെപ്പറ്റി കേട്ടിട്ടുണ്ടോ?
തൊലിപ്പുറത്ത്
രാത്രി പരന്നവരുടെയും
ഉടലുമുയിരും
കീറിമുറിക്കപ്പെട്ടവരുടെയും
ചെന്നിടത്തെല്ലാം
തോറ്റുപോയവരുടെയും
കരഞ്ഞും പിടഞ്ഞും
ഹൃദയം പറിഞ്ഞു തൂങ്ങിയവരുടെയും
നാട്.
മണ്ണിനടിയിൽ അവർ
ശ്വാസത്തിന്റെ തുമ്പിൽ പിടിച്ചുവലിച്ചു.
അവരുടെ മുറിവുകളിലേക്ക്
മുളയ്ക്കാതെ പോയ വിത്തുകൾ
ആഴ്ന്നാഴ്ന്നിറങ്ങി.
ചോര കിനിഞ്ഞ്
ഭൂമിയുടെ ഉള്ളം നനഞ്ഞു നാറി.
പാതിനിലവിളി കുരുങ്ങിക്കിടക്കുന്ന
അവരുടെ വായ്ക്കുളിൽ
മണ്ണു നിറഞ്ഞു.
പതുക്കെപ്പതുക്കെ
അവർക്കു ചലനമറ്റു.
അവരുടെ
പിളർന്നുതുടങ്ങിയ തലകളിൽ നിന്നും

ഒന്നൊന്നായി വേരു വച്ച്
ഒരു കാട്ടുചെടി
പുറത്തേക്ക് മുളച്ചുപൊന്തി.
അതിൽ വിടർന്ന പൂവിന്
എന്റെയും നിന്റെയും മണം.

17/09/2022

ഓർമ

പുലരിയുണ്ടായിരുന്നില്ല.
പുലരിയുടെ നിഴൽ മാത്രം.
ലില്ലികളും ലൈലാക്കുകളും തന്നത്താനെ പൂത്തുമറിഞ്ഞ
പകലിന്റെ ബാൽക്കണിയിൽ
നീ
ആരോ വരച്ചുവെച്ചതു പോലെ.
എന്റെ വിറയാർന്ന വിരലുകൾക്കിടയിൽ
ഓർമകളുടെ പിയാനോയ്ക്ക്
വെയിലൂറുന്ന വിഷാദം.
ഭൂമിയൊന്നാകെ മണൽത്തരികളായി
ചോർന്നുചോർന്നിറങ്ങവേ
എനിക്കു സ്വന്തം
നീയും ആകാശവും മാത്രം.
വാനമ്പാടികൾ പിന്നെയും പിന്നെയും
ഇലകളിലേക്ക് പറന്നുവീണു.
ആദ്യം തേങ്ങിയതാരായിരുന്നു?
ഞാനോ നീയോ
അതോ
ആ പഴയ പിയാനോയോ?

18/09/2022

കറുത്ത വ്യാഴാഴ്ച[1]

ആകാശം
പൊടിഞ്ഞുപൊടിഞ്ഞ്
നീട്ടിപ്പിടിച്ച കൈവെള്ളയിൽ വീണു.
ഭൂമിയിൽ
കാലു വെക്കാൻ പേടി.
മണ്ണ് ആരുടേതായിരിക്കാം...?
തെരുവിന്റെ ജനാലകൾ
നൊന്തുനൊന്തു ഞരങ്ങി.
തലയ്ക്കകത്ത്
പാതകൾ കെട്ടുപിണഞ്ഞു.
വേർപിരിച്ചെടുക്കാൻ നോക്കവേ
പേടി
പശ പോലെ വിരലുകളിലൊട്ടിയൊട്ടി...
തെരുവുവിളക്കുകളൊന്നൊന്നായി
ഓടിമറഞ്ഞു.
ശൂന്യത
ഇരുട്ടിനെ തുളച്ചപ്പോൾ
ഞാൻ ഉള്ളിലേക്കു നോക്കി
ഒരു ഭ്രാന്തൻചിരി ചിരിച്ചു.

18/09/2022

---

1 1914 മുതൽ 1918 വരെ നീണ്ടുനിന്ന ഒന്നാം ലോകയുദ്ധത്തിനു ശേഷം, 1929ൽ അമേരിക്കയിൽ നിന്നും ആവിർഭവിച്ച സാമ്പത്തിക മാന്ദ്യം ലോകത്തെയാകമാനം പ്രതിസന്ധിയിലാക്കി. 1929 ഒക്റ്റോബർ 24ന് ന്യൂ യോർക് ഓഹരിക്കമ്പോളം തകർന്നു. ഒറ്റ ദിവസം കൊണ്ട് എല്ലാം തകർന്നടിഞ്ഞു. അനവധി മനുഷ്യർക്ക് മുഴുവൻ ജീവിതകാല സമ്പാദ്യവും നഷ്ടമായി. അനേകങ്ങൾ ജീവനൊടുക്കി. ഈ ദിവസം കറുത്ത വ്യാഴാഴ്ച എന്നറിയപ്പെടുന്നു.

അതിർത്തിയിലെ പൂക്കൾ

കിനാവിന്റെ അതിർത്തിയിൽ
വെടിയൊച്ചകൾ കേട്ടപ്പോഴാണ്
ഞാൻ ഞെട്ടിയെഴുന്നേറ്റത്.
കറുത്ത തിരകളിൽ
പാതി മറഞ്ഞ്
നിന്റെ മുഖം.
നൊന്തുനൊന്ത്
വെളിച്ചമുറ്റിക്കൊണ്ടിരുന്ന
തെരുവുവിളക്കുകൾ
ഒന്നൊന്നായി പൊട്ടിച്ചിതറി.
ഓർമയുടെ ചില്ലുകൾ തറച്ച്
എന്റെ ഉയിരിൽ മുറിവുകൾ.
നിന്റെ വാക്കുകളിൽ കിനിഞ്ഞ്
ആകാശത്തിന്റെ അതിരിലെ
വൈകുന്നേരങ്ങൾ.
എന്റെ രാത്രികളെ കവർന്ന്
നിന്റെ പട്ടാളത്തൊപ്പിയിൽ
നക്ഷത്രങ്ങൾ.
തോക്കിൻകുഴലിൽ കാട്ടുറോസുകൾ.
എന്റെ ചുണ്ടുകളിൽ
നിന്റെ മുടിയിഴകൾ പകർന്ന
നിലാവടർന്നു നീലിച്ച കവിതകൾ.
അടുത്ത വെടിയൊച്ചയിൽ ചിതറിയ
നിന്റെ രക്തം
എന്റെ ആത്മാവിന്റെ ജനൽപ്പാളിയിൽ

മിന്നാമിന്നിക്കൂട്ടങ്ങളായി
വന്നു പതിഞ്ഞു.
എന്റെ ഉള്ളംകൈയിൽ പിന്നെയും
നിന്റെ മണമുള്ള രാത്രികൾ.

19/09/2022

ഹരാ-കിരി[1]

പാതവക്കത്ത്
ചെറിമരം
പൂത്തുപൂത്ത്...
അങ്ങനെ.
വാളിൽ നിന്നിറ്റി
നിന്റെ രക്തം
ഓർമയിലെ അസ്തമയങ്ങളുടെ
വാനം വഴിഞ്ഞ
തുള്ളികൾ പോലെ.
നിന്റെ പകലുകൾ
എന്റെ കിമോണോയിൽ വിടർത്തിയ പൂക്കൾക്ക്
വിറയൽ.
ഇലകൾക്ക്
മൗനം.
പാതിരാവിനെയെടുത്ത്
മറുപാതിയെ
മേഘങ്ങളിൽ കളഞ്ഞ്
നിന്റെ ഓർമകൾ
പതുക്കെ...
മിടിപ്പു പോലെ.

21/09/2022

1 ജാപ്പനീസ് സമുറായ്മാർ അഭിമാനം അടിയറ വെച്ചു കീഴടങ്ങാൻ തയ്യാറാകാതെ വാളു കൊണ്ട് വയറു കീറി ആത്മഹത്യ ചെയ്യുന്ന രീതിയാണ് ഹരാ-കിരി. പരമ്പരാഗത ജാപ്പനീസ് വസ്ത്രമാണ് കിമോണോ.

ഷാർലറ്റ്, ബ്രാൻവെൽ, എമിലി, ആൻ ബോന്റിമാരുടെ സ്മരണയ്ക്ക്

വിഷാദത്തിന്റെ
വഴിത്താരകളിൽ
നിങ്ങളുടെ പാദങ്ങൾ
കാട്ടുപൂക്കളായി.
ഇരുട്ടിന്റെ
ഇലപ്പടർപ്പുകളിൽ
മിന്നാമിനുങ്ങിൻകൂട്ടങ്ങൾ.
മൗനം പുതച്ച
താഴ്വരയ്ക്കപ്പുറത്ത്
മേഘങ്ങളിൽ
മലനിരകൾ.
നിങ്ങളൊരില പൊഴിയുന്നതു
കണ്ടു...
അത്
ഹേമന്തത്തിന്റെ ഹൃദയമിടിപ്പ്.
നിങ്ങളൊരു കാറ്റു മൂളുന്നത്
കേട്ടു...
അത്
പോയകാലത്തിന്റെ നെടുവീർപ്പ്.
നിങ്ങളുടെ കണ്ണുകളിൽ
കവിതകൾ.
ഇറുകെക്കോർത്ത കൈകളിൽ
വിരലുകളെച്ചുറ്റിച്ചുറ്റി

ആകാശങ്ങൾ.
ഓർമ കനത്ത
നിങ്ങളുടെ കല്ലറകളിൽ
നൂറു മഴകൾ നനഞ്ഞ
കാട്ടുറോസുകൾ.
നിങ്ങൾ
നക്ഷത്രങ്ങളാൽ
മുറിവേൽപ്പിക്കപ്പെട്ടവർ.

23/09/2022

തല തിരിവ്

ഉമ്മാക്ക് എന്നും
ഏറ്റവുമിഷ്ടം
ചിത്രം വരയ്ക്കാനായിരുന്നു.
അടുക്കളയ്ക്കും
അലക്കുകല്ലിനുമിടയിലൂടെ
ഊർന്നുവീണ
നട്ടപ്പാതിരകളുടെ തുമ്പത്ത്
ഉമ്മ വരച്ച ചിത്രങ്ങളൊക്കെയും
തല തിരിഞ്ഞതായിരുന്നു.
തല തിരിഞ്ഞ വീടുകൾ, മലകൾ
ആൺകുട്ടികൾ, പെൺകുട്ടികൾ.
ആകാശത്ത് നിന്നും
താഴേക്കു വളരുന്ന മരങ്ങൾ.
കരി കൊണ്ട്
അടുക്കളച്ചുമരിലും
നിശ്വാസം കൊണ്ട്
കിനാവിന്റെ അതിരിലും
ഉമ്മാന്റെ
തല തിരിഞ്ഞ ലോകം വലുതായി.
ഉമ്മാന്റെ പാദങ്ങളിൽ നക്ഷത്രങ്ങൾ.
തലയ്ക്കു മീതെ വെള്ളിനദികൾ.
വലുതായി വലുതായി വരുന്ന
ഉമ്മാന്റെ ലോകത്തെ
എല്ലാരുംകൂടി മായ്ച്ചുകളഞ്ഞു...
തല തിരിവു പേടിച്ചിട്ട്.

നിറങ്ങളൊലിച്ച്
ഉമ്മയും അങ്ങ് മാഞ്ഞലിഞ്ഞു.
നേരം പുലർന്നപ്പോൾ
അതാ
മേഘലങ്ങളിൽ നിന്നും
മൈലാഞ്ചിക്കാട്ടുകൾ.

24/09/2022

ലൈറ്റ്ഹൗസ്

ഒരു ലൈറ്റ്ഹൗസിനു മുകളിൽ നിന്നും
എടുത്തുചാടിയാൽ
എങ്ങനെയിരിക്കുമെന്നറിയാമോ?
തിരകൾ
ആകാശത്തിന്റെ അതിരോളം
പടർന്നുപടർന്നുകയറും.
ഹൃദയം പൊട്ടിപ്പിളർന്ന്
കടൽക്കാറ്റു നിറഞ്ഞുരുവും.
ഓർമകളൊക്കെയും
മണലോരത്ത് ഊറിക്കൂടും.
കാറ്റിന്റെ കൈവെള്ളയിൽ
വെളിച്ചം വീഴുംപോലെ
മെല്ലെ
മെല്ലെ മെല്ലെ മെല്ലെ
തല ചെന്ന് ഭൂമിയിലിടിക്കും.
ഓരോ മണൽത്തരിയിലും
ആനന്ദം തരിക്കും.
അന്നേരം ആത്മാവിലൂടെ
കടൽ വന്നു മൂടും.

29/09/2022

അറിയുന്നുണ്ടോ...?

അറിയുന്നുണ്ടോ...?
അനനഞ്ഞ മണ്ണിലെ
കാൽപ്പാട്ടുകളിൽ നിന്നും
കാട്ടുചെടികൾ മുളച്ച് പൂക്കുന്നുണ്ട്.
നിഴലുകൾ മാഞ്ഞുപോകുമ്പോഴും
അങ്ങ് വഴിവക്കിൽ
വെളിച്ചം കാതോർത്തു നിൽക്കുന്നുണ്ട്.
മുറിവുകളിലൂടെ നീറ്റലിറങ്ങുമ്പോഴും
ഭൂമിയുടെ നെറുകന്തലയിൽ
നമ്മൾ പതിയെ പെയ്യുന്നുണ്ട്.
അതുകൊണ്ടാണ്
മിന്നാമിനുങ്ങുകൾ മരിച്ചുപോയാലും
പിന്നെയും നാളെയാകുന്നത്.

30/09/2022

അതിർത്തി വസന്തം

മുള്ളുവേലിക്കപ്പുറത്ത് കാട്ടുറോസ.
ചില്ലകളിൽ കുത്തിക്കീറി
ഓർമകൾ ചോര ചിന്തി
പൂക്കൾക്ക കടുംചുവപ്പ്.
പട്ടാളത്തൊപ്പിയുടെ ആകാശത്ത്
വരച്ചുവെച്ച നീലനീലപ്പറവകൾ
ഇനിയും ചായമുണങ്ങാതെ
നനഞ്ഞു തന്നെ.
മേഘങ്ങളിലെവിടെയോ
പൂമണം പടരുന്നുണ്ട്.
റോസമുള്ളുകൾ മധുരിക്കുന്നുണ്ട്.
ഒന്നു തൊടാൻ
വിരൽത്തുമ്പിൽ വിങ്ങൽ.
ബൂട്ടുകളിൽ
മഞ്ഞുകാലത്തിന്റെ ഭാരം.
തോക്കിൻകുഴലിൽ
ഓരോ വാക്കും നൊന്ത കവിതകൾ
ഒളിപ്പിച്ചൊളിപ്പിച്ച്
ഒടുക്കം
തൊടുന്ന മാത്രയിൽ മിന്നാമിനുങ്ങുകൾ
പറന്നുപൊങ്ങാൻ തുടങ്ങി.
കാട്ടുറോസ പിന്നെയും
മുള്ളുവേലിക്കപ്പുറം തന്നെ.

01/10/2022

നനവ്

ആകാശം
ഒരു കീറിയ തുവാലയാണ്.
അതുകൊണ്ടാണ്
കറുത്തുപോയ ഇരുട്ട്
മുഖം മറച്ച് കരയുമ്പോൾ
നക്ഷത്രങ്ങൾ ചോർന്നൊലിക്കുന്നത്.

02/10/2022

ബാലബുദ്ധൻ

നമ്മളോടിനടന്ന
വഴിത്താരകളിലൊക്കെയും
മഴയൊലിച്ചിട്ടും കാൽപ്പാട്ടു മാഞ്ഞില്ല.
മേഘപടലങ്ങളിലേക്ക്
വെള്ളിമീനുകളൂളിയിട്ടു.
തിരകളുടെ മുഴക്കത്തിൽ
താരകൾ പ്രതിധ്വനിച്ചു.
നിന്റെ മുടിച്ചുരുളുകളിൽ
തളിരിട്ട ഇലകളിൽ
വെയിലിന്റെ ശലഭങ്ങൾ ചിറകടിച്ചു.
വേരുകളിലൂടെ നീ
കവിതയായലിഞ്ഞു.
എന്റെ താളുകൾ പിന്നെയും
ഒഴിഞ്ഞുതന്നെ കിടന്നു.

02/10/2022

ആയിരം ആകാശങ്ങളിലെ ഒറ്റഭൂമി

ഹെൽമെറ്റിനു ചുറ്റും
താരാപഥങ്ങൾ
വളഞ്ഞും തിരിഞ്ഞും.
കൈയുറകളിൽ കിനാവു പുരണ്ട്
ഭൂമി മണക്കുന്നു.
ആഴങ്ങളിലെവിടെയോ
വഴിതെറ്റിയ ഒരു പ്ലൂട്ടോ
എന്നെയോ നിന്നെയോ പോലെ
പ്രണയത്തിലേക്ക് വഴുതുന്നു.
ഹൃദയത്തിനു ചുവട്ടിൽ
പഴയൊരു കാട് വിങ്ങിക്കിടക്കുന്നു.
നാളെ ഭൂമിയുദിക്കുമ്പോൾ
ഒറ്റമേഘം മാത്രമുടുത്ത്
ഞാൻ
നക്ഷത്രങ്ങളിൽ നിന്നടർന്നുവീഴും.
നിന്റെ കൈവെള്ളയിൽ
ഒരു പിടി മണ്ണ്
എനിക്കായി കാത്തുവെക്കുക.

08/10/2022

ഞാൻ പറയാം...
പാതിരാവിൽ റെയിൽവേ
പ്ലാറ്റ്ഫോമിൽ വച്ച്
ഒരു കൊലപാതകിയെ
കണ്ടുമുട്ടിയാൽ
എങ്ങനെയിരിക്കുമെന്ന്

റെയിൽവേ സ്റ്റേഷനിലെ ക്ലോക്കിൽ
അക്കങ്ങൾ തണുത്തുവിറച്ചു.
പട്ടണത്തിന്റെ
മുഴുവൻ വെളിച്ചങ്ങളെയും
പെട്ടിയിലാക്കി കൈയിൽ തൂക്കി
പ്ലാറ്റ്ഫോമിൽ ഞാൻ തനിയെ.
അല്ല.
നട്ടപ്പാതിരയുടെ കൂടെ.
പാളങ്ങളുടെ അറ്റത്ത്
തീവണ്ടിമുഖം നിലാവേറ്റുമ്പോൾ
അവൻ വന്ന്
എന്റെ അടുത്ത്.
തൊട്ടടുത്ത്.
പ്ലാറ്റ്ഫോം കിടുകിടുത്തു.
ഞാനും.
തീവണ്ടിയുടെ ഇരുണ്ട ഹൃദയം
പടപടാ അടിച്ചതുകൊണ്ടല്ല.
മറ്റെന്തോ...

ഒരുപക്ഷേ
അവന്റെ ശ്വാസം
ഇരുളിൽ വരച്ച മഞ്ഞുകാലത്തിന്റെ
തണുപ്പായിരിക്കാം.
തീവണ്ടിവാതിലിനും
പ്ലാറ്റ്ഫോമിനുമിടയിലേക്ക്
ഊരി വീണ എന്റെ ഒറ്റ ഷൂ
പാളങ്ങളിലേക്കാരോ
പണ്ട് ചവിട്ടിയമർത്തിയ
ചെറിയൊരാകാശത്തിന്റെ
വലിയ കയങ്ങളിലേക്ക്
മുങ്ങിമുങ്ങിത്താണു.
തീവണ്ടിക്കകത്ത്
നീലവെളിച്ചം പനി പിടിച്ച പതുങ്ങിയ
ഇടനാഴിയിലൂടെ
ഞാൻ.
അതിർത്തി മണക്കുന്ന
ഉറക്കങ്ങൾക്കും
ഒന്നും കാണാത്ത
നോട്ടങ്ങൾക്കുമിടയിലൂടെ.
പതുക്കെ.
സീറ്റിനടുത്തെത്തുമ്പോൾ
അവൻ പുറകിലുണ്ടോയെന്ന്
തിരിഞ്ഞുനോക്കി.
അറിയാതെ.
രാത്രിയുടെ അറ്റത്തു വെച്ച്
തീ പിടിച്ച നക്ഷത്രങ്ങൾ പോലെ
രണ്ട് കണ്ണുകൾ
അടുത്ത്.
തൊട്ടടുത്ത്.
ബർത്തിലേക്കു കയറി
ഞാൻ
ഓർമകൾ കൊണ്ട് കീറൽ തുന്നിയ
മറവി പുതച്ച്

ചുരുണ്ടു.
എന്റെ തലയ്ക്കൽ
ജനൽപ്പാളിയിൽ വന്നിടിച്ച്
രാത്രിയുടെ പളുങ്കുമുഖം ചിതറി.
കാൽക്കൽ
ഇടനാഴിയുടെ ആത്മാവിൽ
അവൻ.
അവന്റെ കത്തുന്ന നോട്ടം.
ഇരുട്ടിനെ തുളച്ച്
തീവണ്ടി വേഗത പിടിച്ചു.
അവൻ
അപ്പുറത്തേക്ക്.
അടയ്ക്കാത്ത വാതിൽക്കലേക്ക്.
വെളിച്ചം കൊണ്ട് മുറിഞ്ഞ്
തീവണ്ടി ഒന്ന് നിലവിളിച്ചു.
വാതിൽക്കൽ
അവനില്ല.
മുഖമില്ലാതെ
പടിമേൽ തളർന്നിരിക്കുന്ന
രാത്രി മാത്രം.
ഷൂ നഷ്ടപ്പെട്ട
എന്റെ പാദത്തിനുമേലേക്ക്
എങ്ങുനിന്നോ ഒരു മിന്നാമിനുങ്ങ്
മെല്ലെ പാറി വന്നു.

09/10/2022

●

www.ingramcontent.com/pod-product-compliance
Lightning Source LLC
LaVergne TN
LVHW100836051026
849519LV00006B/2318